நாகம்மாள்

ஆர். ஷண்முகசுந்தரம்

நாகம்மாள்

காலச்சுவடு பதிப்பகம்

● அன்பார்ந்த வாசகருக்கு,

வணக்கம்.

காலச்சுவடு நூலை வாங்கியமைக்கு நன்றி.

நூலின் உள்ளடக்கம், உருவாக்கம், அட்டைப்படம் இன்ன பிற அம்சங்கள் பற்றிய உங்கள் கருத்துகளையும் ஆலோசனைகளையும் காலச்சுவடு வரவேற்கிறது. தகவல், எழுத்து, வாக்கியப் பிழைகள் தென்பட்டால் கட்டாயம் தெரிவித்து உதவுங்கள். நூல் தயாரிப்பில் கடும் குறைபாடு இருப்பின் மாற்றுப் பிரதி உங்களுக்குக் கிடைக்கக் காலச்சுவடு ஏற்பாடு செய்யும்.

மின்னஞ்சல்: *publisher@kalachuvadu.com*

காலச்சுவடு நாகர்கோவில் தலைமையகத்துக்கும் கடிதம் அனுப்பலாம்.

தங்கள்
எஸ்.ஆர். சுந்தரம் *(கண்ணன்)*
பதிப்பாளர் — நிர்வாக இயக்குநர்

நாகம்மாள் ♦ நாவல் ♦ ஆசிரியர்: ஆர். ஷண்முகசுந்தரம் ♦ முதல் பதிப்பு: ஜூன் 1942 ♦ காலச்சுவடு முதல் பதிப்பு: டிசம்பர் 2007, பதிநான்காம் பதிப்பு: ஏப்ரல் 2023 ♦ வெளியீடு: காலச்சுவடு பப்ளிகேஷன்ஸ் (பி) லிட்., 669, கே.பி. சாலை, நாகர்கோவில் 629001

naakammaaL ♦ Novel ♦ Author: R. Shanmugasundaram ♦ Language: Tamil ♦ First Edition: June 1942 ♦ Kalachuvadu First Edition: December 2007, Fourteenth Edition: April 2023 ♦ Size: Demy 1 x 8 ♦ Paper: 18.6 kg maplitho ♦ Pages: 120

Published by Kalachuvadu Publications Pvt. Ltd., 669, K.P. Road, Nagercoil 629001, India ♦ Phone: 91-4652-278525 ♦ e-mail: publications @kalachuvadu.com ♦ Printed at Adyar Students xerox Pvt. Ltd., No. 275 Habibullah Road, Triplicane high Road, Opp Triplicane Post Office, Triplicane, Chennai 600005

ISBN: 978-81-89945-16-9

04/2023/S.No.218, kcp 4372, 18.6 (14) uss

முன்னுரை

மண்ணாசை

எழுபதுகளின் ஆரம்பத்தில் என்று நினைக்கிறேன். டெல்லியில் க.நா.சு.வைச் சந்தித்தபோது எப்போதும் போல் இலக்கியம் பற்றிப் பேசினார். ஷண்முகசுந்தரத்தின் படைப்பு களை நான் படித்ததுண்டா என்று கேட்டார். நான் இல்லை என்றதும் கட்டாயம் படிக்க வேண்டிய நாவல் ‘நாகம்மாள்’ என்று கூறினார். யாராவது எழுத்தாளரைப் படிக்க வேண்டும் என்றால் நான் அப்போது அணுகுவது வெங்கட் சாமினாதனைத் தான். வழக்கம்போல், அவரைக் கேட்டதும் அவர் தன்னிடமிருந்த பிரதி ஒன்றைத் தந்தார். ‘நாகம்மாள்’ நாவலை நான் ஒரு முறை அல்ல பல முறைகள் படித்தேன். பல வகைகளில் அது என்னைத் தொட்டது. என்னைப் பாதித்தது.

நகர்வாசி நான். மண்ணில்லாதவள். எங்கள் வீட்டுத் தோட்டத் தைத் தவிர வேறு மண் எனக்குக் கிடையாது. எந்த மண்ணிலும் விதை ஊன்றியது இல்லை. பயிர் வளர்த்தது இல்லை. இந்த மண் எனக்குச் சொந்தமாக வேண்டும் என்று நினைத்தது இல்லை. ஆனால் உணர்வுபூர்வமாகச் சில மண்ணின் மணம் எனக்குள் இருந்தது. வளரும் பருவத்தின் பல வருடங்கள் கோயமுத்தூரில் என் அம்மாவழிப் பாட்டி – தாத்தா வீட்டில் கழிந்திருந்தது. அம்மாவின் குழந்தைப் பருவம் கோவில்பட்டியில். அதனால் கோவில்பட்டி அவர் நினைவுகளில் ஒரு பெரும் பகுதியை ஆக்ரமித்திருந்தது. இந்த இரு மண்ணும் ஏதோ ஒருவகையில் எனக்குரியவை என்றொரு உணர்வுப் பிணைப்பு என்னுள் இருந்தது. இருக்கிறது. அதனால்தான் கொங்கு நாட்டைச் சேர்ந்த மண்ணின் நாயகி நாகம்மாள் என்னைப் பாதிக்கிறாளா

என்று யோசித்தேன். ஆழ்ந்து யோசித்தபோது அது மட்டுமல்ல காரணம் என்பது தெளிவாகியது. நாகம்மாள் கொங்கு மண்ணைச் சேர்ந்தவள்தான். ஆனால் அவள் கதாபாத்திரத்தின் வீச்சு அந்த மண்ணிலிருந்து எழும்பி உலகத்தையே வியாபிக்கும் சக்தி பெற்றது. ஒரு காவிய நாயகியின் அத்தனை அம்சங்களும் அவளிடம் உள்ளன.

அவளை இயக்குவது அவளுக்கென்று மண் வேண்டும் என்ற அலைக்கழிப்பு. அவள் உரிமைகள்பற்றி யோசித்தவள் இல்லை. விதவை. தன் கணவனின் தம்பியைச் சார்ந்து வாழ வேண்டியவள். அவனும் அவளை மரியாதையாகவே நடத்து கிறான். இருந்தாலும் தன் பங்கு வேண்டும் என்று நினைக்கிறாள். அவளுக்கென்று மண் வேண்டும் என்று வெறி கொள்கிறாள். தன் கையின் ரத்தம் தோய்த்துக் கொள்கிறாள். தன் கையின் ரத்தக் கறையைப் போக்கப் பித்துக்கொண்டு அலைந்த லேடி மாக்பெத்தின் சோகம் நாகம்மாளிடம் இருக்கிறது. தனக்குரிய மண்ணைப் பெற தன் வாழ்க்கையையே தவறான வழியில் செல்லவிட்ட 'கான் வித் த விண்ட்'டின் கதாநாயகியின் தத்தளிப்பு நாகம்மாளிடம் உள்ளது. இத்தனை நுட்பமான கதாபாத்திரத்தை ஆசிரியர் ஒரு கோட்டோவியம்போல் சில கோடுகளில் வரை கிறார். அதன் கனத்தை அவசியமில்லாமல் கூட்டி அதைக் கட்டிப்போடாமல் அதைப் பறக்கவிடுகிறார். எல்லாத் திசை களிலும் செல்லக்கூடிய தன்மையை அதற்குத் தருகிறார்.

'நாகம்மாள்' போன்ற நாவல்களை மறுபதிப்பு செய்வது பதிப்பகங்கள் மேற்கொள்ள வேண்டிய மிக முக்கியமான பணிகளில் ஒன்றாகும். காலத்தைக் கடந்த எழுத்துக்கள் என்றென்றும் தற்காலத்திலேயே நிற்கின்றன. அவற்றின் காலம் முடிந்து போவதில்லை. ஏதாவது ஒரு சொல், ஒரு வரி அல்லது ஒரு பிம்பம் திடீரென்று வேறு வடிவம் பூண்டு உயிர்த்தெழும் மாயாஜாலத்தை இத்தகைய எழுத்துக்கள் ஒவ்வொரு முறை படிக்கும் போதும் அனாயாசமாகச் செய்கின்றன. ஒவ்வொரு காலகட்டத்திலும் அவற்றின் தன்மை யும், அர்த்தங்களும் வேறுவேறு வகைகளில் உள்வாங்கப் படுகின்றன. இந்தப் பதிப்பில் 'நாகம்மாள்' நாவலின் திறக்கப் படாத ரகசிய சன்னல்கள் திறக்கப்படலாம். திறந்தே இருக்கின்றன என்று நாம் நம்பும் கதவுகள் மூடிக்கொள்ளலாம். படித்தலின் விடுபடாத மர்ம முடிச்சுகள் அவை. அந்த முடிச்சுகளைத் தொடர்ந்து அவிழ்த்தும், மறு முடிச்சுப் போடுவதும்தான் இலக்கியத்தில் உள்ள சுவை. போன இடத்துக்கே மீண்டும் போய் மறந்த தடங்களைத் தேடுவதும், புதுத் தடங்களைப் போடுவதும் நம்மைப் புதிப்பித்துக்கொள்ள நாம் செய்யவேண்டிய அவசிய

மான செயல். இந்தச் செயலை நாம் விடாமல் செய்ய நம்மைத் தூண்டும் முயற்சிதான் மறுபதிப்புகள். இலக்கிய உலகை விஸ்தரிக்கும் இத்தகைய முயற்சிகளைப் பதிப்பகங்கள் மேற் கொள்வது மிகவும் வரவேற்க வேண்டிய ஒன்று. காலச்சுவடு பதிப்பகம் தன் பதிப்பக வரைபடத்தில் இதையும் ஒரு புள்ளி யாக்கி இருப்பது மகிழ்ச்சியைத் தருகிறது.

பலமுறைகள் பல மொழிபெயர்ப்பாளர்களிடம் நான் 'நாகம்மாள்' நாவல் பற்றிக் குறிப்பிட்டு அது மொழிபெயர்க்க வேண்டிய ஒரு நாவல் என்று கூறியபோது அது மொழி பெயர்க்கத் தகுதி அற்றது என்றே என்னிடம் கூறினார்கள். அதன் காரணம் எனக்குத் தெளிவாகத் தெரிகிறது. இது கொங்கு மண்ணிலிருந்து வந்தாலும் உலகளவில் ஆங்கில வாசகர்கள் எதிர்பார்க்கும் மண்பற்றிய தகவல்கள் தரும் பெரும் முனைப்பு இதில் இல்லை. ஏனென்றால் இந்த நாவல் அப்படிப்பட்ட தகவல்களைத் தரும் முனைப்புடன் எழுதப்பட்டது அல்ல. இது மண்ணின் மர்மங்களை, புதிர்களை விடுவிக்கப் புனைந்த கதை அல்ல. ஒரு பெண் மண்ணுக்கு ஆசைப்பட்டு, அவள் மூலம் பலனடைய நினைக்கும் சில ஆண்களின் திட்டத்தால் ஒரு கொலைக்குக் காரணமாவது பற்றியது. பழமொழிகள், வசவுகள், சடங்குகள், சம்பிரதாயங்கள், சினிமாபாணி ஜமீந்தார் கள் இத்தகைய பிராந்தியத் தகவல்களைக் கூறி நம் நாட்டிலும் வெளி நாட்டிலும் உள்ள ஆங்கில வாசகர்களுக்கு பிராந்திய உவகை அளிக்கக் கூடியது அல்ல. என்னைப் பொறுத்தவரை அதுதான் அதன் பலம். சிலவற்றைச் சொல்லாமல் விடுவதை அறிந்தவர்கள்தான் படைப்பிலக்கியவாதியாகத் தகுதி உள்ளவர் கள். அவ்வளவு எளிதான ஒன்றல்ல அது.

ஒரு கலாசாரத்தை முற்றிலும் மொழிபெயர்க்க நினைப்பது போன்ற முட்டாள்தனம் வேறு கிடையாது. சில புதிர்கள் விடுபடாமல் இருக்கட்டும். மீண்டும் மீண்டும் ஒரு படைப்பை வெவ்வேறு காலகட்டங்களில் அணுக அவை நம்மைத் தூண்டும். அப்படிப்பட்ட படைப்புத்தான் 'நாகம்மாள்.' ஒவ்வொரு தசாப்தத்திலும் இதை நாம் மீண்டும் படிக்க வேண்டும். படைப்பு மட்டுமல்லாமல் வேறுவித தாக்கங்கள் நம்மை அழுத்தி நாம் வேண்டாத திக்குகளில் வீண் பயணம் மேற் கொள்ள முயலும்போது ஒரு நல்ல இலக்கியத் திசைகாட்டியாக இருக்கும் 'நாகம்மாள்.'

அம்பை

முதல் பதிப்பின் முன்னுரை

முதல் முதலில் ஸ்ரீ ஷண்முகசுந்தரத்தின் சிறுகதைகளைப் படித்தபொழுது அவற்றில் தென்பட்ட கிராமாந்தர வாழ்க்கை அனுபவத்தைக் கண்டு ஆச்சரியமடைந்தேன். அவ்வளவு தேர்ச்சி பெற்றவர் குடியான வாழ்க்கையையே ஆதாரமாகக் கொண்ட நவீனம் ஒன்றை எழுதலாம் என்ற கருத்தை அவருக்குத் தெரிவித்தேன்.

இரண்டே மாதத்தில் நாகம்மாள் என்ற சிறு நாவலை எழுதி முடித்துக்கொண்டு வந்து காட்டினார். பெரிய எழுத்தாளர்கள் எல்லாம் நவீனம் எழுதவேண்டுமென்று வருஷத்திட்டங்கள் போட்டுக்கொண்டு யோசனையளவில் நின்று கொண்டிருக்கும் பொழுது இளைஞர் ஒருவர் திடீரென்று ஒன்றை எழுதி முடித்துவிட்டதைக் கண்டு மகிழ்ச்சி அடைந்தேன்.

நான் எதிர்பார்த்தவாறே அதில் கிராம வாழ்க்கை வெகு நுட்பமாகவும் அனுதாபத்துடனும் சித்தரிக்கப்பட்டிருந்தது. நாகம்மாள் நம் கண்முன் நிற்கிறாள்போல இருக்கிறது. ஒய்யாரமும் தனிப்போக்கும் கொண்ட அவளிடம் நற்குணங்களும் நிரம்பி இருக்கின்றன. சின்னப்பன், ராமாயி, கெட்டியப்பன் எல்லோரும் தத்ரூபமாக இருக்கிறார்கள். நாராயண முதலி முதல் சின்னப்பன் மாமியார் வரை எல்லோரும் உயிர்பெற்று உலவுகிறார்கள்.

கிராமப் புனருத்தாரணம் என்கிறோம். கிராமக் கைத்தொழில்கள் மறுபடி உயிர்பெற வேண்டுமென்கிறோம். அவற்றிற்கெல்லாம் முன்பு கிராம வாழ்வே புத்துயிர் பெற வேண்டும்; அதாவது குடியான வாழ்வின் அழகிய அம்சங்கள் மக்கள் மனதைக் கவரும்படியான முறையில் சித்திரங்கள் உற்பத்தியாகவேண்டும். கிராமபாஷையின் மூர்ச்சனை ஸ்தானங்கள் எல்லாம் எல்லோருக்கும் அறிமுகமாக வேண்டும். ஹார்டியினுடைய வெஸ்ஸெக்ஸ் நாவல்களைப் போன்ற அழியாத எழுத்துக்கள் தமிழ்நாடெங்கும் தோன்றி கிராம

வாழ்க்கையின் விரிவையும் மேன்மையையும் தூய்மையையும் படம் பிடிக்க வேண்டுமென்று எனக்கு வெகுநாளைய அவா.

ஷண்முகசுந்தரத்தின் நவீனம் அந்த வகையில் முதல் நூல் என்றே சொல்லவேண்டும். வெங்கமேடு ஹார்டியின் எக்டன் பொட்டலை நினைப்பூட்டுகிறது.

பெரியவருக்கு உற்சாகம் அதிகரித்தது. ஒருதரம் கனைத்துக் கொண்டு, "கேளடா ராஜா, மலைபோலே மண்டிக் கிடந்த கள்ளிகளெல்லாம் மாயமாய் மறஞ்சது பாத்தாயா? நாம் எத்தனை நாள் கத்தியிலும் அறிவாளிலும் வெட்டித் தள்ளியும் வெட்டவெட்டக் கொழுத்தது? எப்படிப் பூண்டற்றுப் போச்சுது, பாத்தாயா? கள்ளியை நாசம் பண்ணின வெள்ளைப்பூச்சியை யும் பார்த்திருப்பாய்... இண்ணைக்கு ஒரு ஆனையைக்கூட தூக்கியடிக்கலாமென்று உனக்குத் தோணுது... ஆனா இந்த நல்லரத்தம் நொடியிலே மறைஞ்சுடுமப்பா!..."

இதில் ஷண்முகசுந்தரத்தின் தமிழ் நடையிலுள்ள மேன்மை யும் குறையும் நன்றாகத் தெரிகிறது. குடியானப் பேச்சை வெகு நுட்பமாக கிரகித்திருக்கிறார்; ஆனால் நடுவில் சில இலக்கணப் பதங்கள் சேர்ந்து கொச்சையின் வேகத்தைக் குறைக்கின்றன.

ஆனால் முதல் முதலாக எழுதிய நூலில் எல்லா எழுத் தாளர்களுக்கும் இருக்கும் கொச்சை இலக்கணத் தொல்லையை இவ்வளவுதூரம் சமாளித்திருப்பதே பெரிய விஷயம்.

இன்னும் சில குறைகள் இருக்கலாம், இருக்கின்றன. ஆனால் என்ன? இந்தமாதிரி குடியான வாழ்க்கையையே ஆதாரமாகக் கொண்டு தமிழில் எழுதப்பட்ட முதல் நவீனம் இதுதான்.

ஆசிரியர் இளைஞர்; கவியுள்ளத்துடன் குடியான வாழ்க்கையை அனுபவித்து நுட்பமாகக் கவனித்து மனதில் பதித்துக் கொண்டவர். தெளிவாக எழுதும் சக்தியும் பெற்றிருக் கிறார். அவர் மேலும் குடியான வாழ்க்கையை இன்னும் பல சித்திரங்களில் நமக்கு அளிக்கவேண்டும்.

ஏனெனில் அந்த வாழ்க்கையில்தான் எளிமையும் நற் குணமும் இருக்கிறது; அதில்தான் சிக்கனமும் பெருந்தன்மை யும் இருக்கிறது; அதில்தான் பரோபகாரமும் ஆத்மீகப் பற்றும் இருக்கிறது. அதுதான் உயர்விற்கு ஆதாரம்; அது புனருத்தாரண மானால் கிராமப் புனருத்தாரணம் நிறைவேறும்.

கும்பகோணம் **கு.ப. ராஜகோபாலன்**
1.6.42

அத்தியாயம் 1

சந்தைக் கூட்டம் மெதுவாகக் கலைய ஆரம்பித்தது. சோளத் தட்டுகளைக் கடித்து அசைபோட்டுக்கெண்டிருந்த காளைகள், மணிகள் ஒலிக்க எழுந்து நின்று வண்டியில் பூட்டத் தயாராயின. சக்கரத்தடியில் கிடந்த சாக்குகளை எடுத்துச் சிலர் தட்டினர். வாங்கி வந்த சாமான்களை வண்டியில் சிலர் ஏற்றிக்கொண்டிருந்தார்கள். சந்தைக்குள்ளே நிழலுக்காக முளை அடித்துக் கட்டியிருந்த துணிகளையும், விற்பதற்குப் பரப்பியிருந்த பண்டங்களையம் அவரவர் பரபரப்பாக எடுத்தனர். பெண்களும் ஆண்களும் தங்கள் தங்கள் கிராமத்துப் பாதையின் வழியே வேகமாக நடக்க லானார்கள். இரண்டொரு உள்ளூர்க்காரரும், சிறுவர்களும் அங்குமிங்கும் எதையோ தேடுவதைப்போல் திரிந்துகொண் டிருந்தார்கள்.

வெங்கமேட்டில் வாரத்திற்கொருமுறை புதன்கிழமை சந்தை கூடும்; சுற்றுவட்டாரத்துச் சுமார் பத்து இருபது கிராமத்தவர்கள், வீட்டுச் சாமான்கள் வாங்குவதற்கு இங்குதான் வருவது வழக்கம். 'உப்புத்தொட்டுக் கற்பூரம்' வரை சாதாரணமாக எல்லாச் சாமான்களுமே அங்கு கிடைக்கும். அந்தப் பக்கத்துக்கே பெரிய சந்தை அதுதான்.

பிரதி வாரமும், 'எனக்கு முந்தி, உனக்கு முந்தி' என்று பொழுது சாய்வதற்கு முன்பே சகலரும் பயணம் கட்டி விடுவார்கள். ஆனால், இந்த வாரம் வியாழக்கிழமை சிவியார் பாளையத்தில் சாமி சாட்டியிருந்ததால், சந்தையில் கூட்டம் அதிகமானதோடு, இருட்டும்வரை அவர்கள் ஊர் போவதையே மறந்து வியாபார முசுவில் நேரம் பண்ணிக்கொண்டிருந்து விட்டார்கள்.

வெங்கமேட்டிற்கு மேற்கில் மூன்றாவது மைலில் இருக்கிறது சிவியார் பாளையம்; ஆற்றுப் பாசனம் அதிகம்

இல்லாவிட்டாலும நீர் கொழிக்கும் ஊர் அது. தோட்டக் கிணறுகளில் 'எட்டித் தொடும்.' அவ்வளவு தண்ணீர் எக்காலத் திலும்; ஊரைச் சுற்றி பூக்குலுங்கும் பசுமையான மரங்கள்; கண்ணுக்கினிய காட்சிகளே நாலா பக்கங்களிலும் நிறைந் திருந்தன. வறட்சியென்பது அங்கு வெகுதூரத்துக்கில்லை.

சிவியார் பாளையத்திலிருந்துதான் இன்று அதிகம் பேர் வந்திருந்தார்கள். பொங்கல் கொண்டாடப் போகும் ஆனந்தத்தில் வெகு குதூகலமாக சம்பாஷித்துக்கொண்டே அவர்கள் நடந்தார்கள்.

அவர்கள் போய்க்கொண்டிருந்த இட்டேறி மிகக் குறுக லானது. அதோடு குண்டுகுழி நிறைந்து கரடுமுரடானது. அந்தத் தடத்தில் நல்ல பழக்கமில்லாது புதிதாக நடப்பவர்கள், அதுவும் அந்த மசமசப்பான நேரத்திலே, ஒரு எட்டு அப்பாலே எடுத்துவைக்க முடியாது. வேண்டுமென்று நாம் ஒரு நாளைக்கு அந்தக் கஷ்டமான பரீக்ஷையில் இறங்கி னாலும் கல்லும் முள்ளும் நம் பாதத்தைப் 'பதம்' பார்க்காது விடமாட்டாது. இப்படிப்பட்ட இக்கட்டான பாதையில் அப்பெண்கள் அனாயசமாகச் செல்வதைப் பார்த்தால் நமக்கெல்லாம் ஆச்சரியமாகத்தான் இருக்கும். வரிந்து கட்டின மாராப்புச் சீலையுடன் நேராக நிமிர்ந்து தலையில் வைத்தி ருக்கும் கூடை விளிம்பில் இரு கரங்களையும் உயர்த்திப் பிடித்து, ஒய்யாரமாக அவர்கள் பேசியவாறே சென்றனர். வரிசையாக ஒருவர்பின் ஒருவராக எறும்புச் சாரைபோல் அவர்கள் போகும் தினுசு வெகு அழகாயிருந்தது.

அப்போது மணியடித்ததுபோல் ஒரு குரல் எழுந்தது. முன்பின் போகிற பத்துமுப்பது பேரும் கப்பென்று பேச்சை விட்டனர். "நான், எல்லாம் வாங்கியும் ஒண்ணை மறந் திட்டனே!" என்று கணீரெனும் ஒரு குரல் எழுந்தது. யார் இந்த வெண்கலத் தொண்டையில் பேசியது? பெண்ணுக்கா பிரமன் இவ்விதமான குரல் மகிமையை அளித்தான் என்று நீங்கள் வியப்படையாதீர்கள். இந்த நாகம்மாளைப் பற்றிப் பின்னால் நீங்கள் அதிகம் தெரிந்துகொள்ளப் போகிறீர்களா கையால் சுருக்கமாகக்கூட இப்போது நான் சொல்லப் போவதில்லை. ஆனால் கணவன் இறப்பதற்குப் பத்து வருஷத்திற்கு முன்பிருந்தே அவள் ஒரு 'ராணி' போலவே நடந்து வந்திருக்கிறாளென்றும், பிறருக்கு அடங்கி நடக்கும் பணிவும் பயமும், என்னவென்றே அவள் அறியமாட்டாள் என்றும் இப்போது குறிப்பிட்டாலே போதும்.

"இந்தப் பாழாப்போன ஊட்டிலே நான் நெனச்சுப் பாத்து ஒண்ணு வாங்கினா உண்டு. இல்லாட்டி நாளைக்கு

இதேங்கற சமயத்தில் இதுக்கா வண்டி கட்டிக்கிட்டுப் போறது?" என்றாள் நாகம்மாள்.

அது என்ன? எதை மறந்துவிட்டாள் என்பதைக்கூடக் கேட்காமலே இரண்டொருத்தி, "ஆமாம்" என்று ஆமோதித்தனர். ஒருவேளை என்னவென்று விசாரித்தால், "கொட்டைப் பாக்கில் சின்ன ரகம் வாங்காதது" போன்ற பதில் கிடைக்கும் என்பது அவர்களுக்குத் தெரிந்திருந்தது போலும்!

இந்தச் சங்கதியொன்றும் காதில் போட்டுக்கொள்ளாது தன் பாடுபரப்பைப் பற்றியே யோசித்துக்கொண்டு வந்த ஒரு பெரியவள், "அந்த வெந்தயக்காரன், அரைக்காச் சொல்லி, மூணரைத்துட்டுக்குப் போட்டானே! நான் மூணு துட்டுக்கே கேக்காது போனம் பாத்தியா?" என்று தனக்குத்தானே வாய் விட்டுச் சொல்லிக்கொண்டாள்.

அதைக் கேட்கவும் நாகம்மாள்கூடச் சிரித்துவிட்டாள்.

"எல்லாமே அப்படித்தான். ஏமாந்தா தலையிலே கல்லைப் போடற நாளாத்தான் இருக்குது. யாரை நம்பறது? யாரை விடர்ரது?" என்று உபதேசம் செய்யும் பாணியில் ஒருத்தி தொடங்கினாள்.

"தூர ஏம்போவோணும்?" என்று நாகம்மாள், தனக்கு முன் சொல்லியவளின் பேச்சை அங்கீகரிக்கும் விதமாய், "என்னையே எடுத்துக்குவோம்" என்று ஆரம்பித்தவள் ஏனோ சடக்கென, உதட்டைக் கடித்துக்கொண்டு நிறுத்திவிட்டாள்.

இந்தச் சமயத்தில் பக்கத்துக் கிழுவமர வேலியைத் தாண்டி, நாலைந்துபேர் ஒரு முயலைத் துரத்திக்கொண்டு ஓடிவந்தார்கள். திடுதிடுவென வருவது யாரெனத் தெரியாமல் இரண்டொரு பெண்கள் சத்தமிட்டனர். நாகம்மாள் போன்றவர்கள், "அட, மொசல் எந்தச் சந்திலே போச்சோ! இங்கு ஏன் வந்து இப்படி ஏறுகிறீர்கள்?" என்று கூறவும், சந்தடி மட்டுப்பட்டது. ஓடிவந்த ஆட்களும் ஏமாந்த முகத்தோடு நின்றுவிட்டார்கள்.

இக்காட்சிக்குப் பின்னால் முயல்களைப் பற்றி அங்கு கிளம்பிய கதைகளெல்லாம் நமக்கு வேண்டாம்; எப்படியோ ஊர்வந்து நாகம்மாளும் தன் வீடு போய் 'ச்சோ'வென்ற ஒருவிதச் சலிப்போடு, திண்ணையில் கூடையை இறக்கி வைத்தாள். கீழ்வானில் நிலவும் பூத்தெழுந்தது.

❍

அத்தியாயம் 2

நாகம்மாளின் நான்கு வயதுக் குழந்தை முத்தாயா நிலா வெளிச்சத்தில் வாசலில் விளையாடிக்கொண்டிருந்தாள். தன் தாயாரைக் கண்டவுடன், "எனக்கு என்னம்மா வாங்கி யாந்தே?" என்று கேட்டுக்கொண்டே ஓடி வந்தாள்.

முத்தாயாளுக்காக எத்தனையோ சாமான்கள் தாயார் வாங்கி வந்திருந்தாள். பழம், பொரிகடலை, முறுக்கு, மிட்டாய் முதலிய தின்பண்டங்கள். ஆனால் நாகம்மாள் இப்போது அவைகளை எல்லாம் எடுக்காமல் மேலேயிருந்த ஒரு முறுக்கை மட்டும் ஒடித்துக் குழந்தையிடம் கொடுத்தாள். முறுக்கைப் பார்க்கவும் குழந்தைக்குப் பரமானந்தம் உண்டாயிற்று. அதைக் கடித்துக்கொண்டு ஆனந்தக் கூத்தாடியதில் பாதி முறுக்கு கை நழுவிக் கீழே விழுந்ததுகூடக் குழந்தைக்குத் தெரிய வில்லை.

"உன் சின்னய்யன் இன்னம் வல்லயாயா?" என்று நாகம்மாள் தன் மகளிடம் கேட்டாள்.

அப்போது குழந்தைக்கு இருந்த சந்தோஷத்தில் சின்னய் யனே எதிரில் வந்திருந்தாலும், கண்ணெடுத்துப் பார்த்திருக்குமா என்பது சந்தேகமே. தாயின் கேள்வியைக் கவனியாது முறுக்கைச் சுவைப்பதிலேயே முத்தாயா மூழ்கியிருந்தாள். "நல்ல சின்னய்யன்" என்று நாகம்மாள் சப்புக்கொட்டினாள்.

இவள் இப்படிச் சலித்துக்கொள்ளும் சின்னய்யன் யார் என்பதைப் பற்றி இரண்டு வார்த்தை சொல்வது அவசியம். நாகம்மாளுடைய கணவனுடன் பிறந்த தம்பிதான் சின்னய்யன் என்கிற சின்னப்பன். சின்னப்பனேதான் இப்போது குடும்பத் தலைவன். அநேகமாக நாகம்மாளுடைய அரசுதான் வீட்டில் நடக்கிறதென்றாலும், சின்னப்பனுக்கும், அவனது மனைவி ராமாயிக்கும் இதுவரை எவ்விதமான ஹானியும் ஏற்பட்ட

தாகத் தெரியவில்லை. சின்னப்பனைக் குழந்தை முத்தாயி "சின்னய்யன்" என்று கூப்பிடுவதால் நாகம்மாளும் அவனை அந்தப் பெயராலேயே குறிப்பிடுவது வழக்கம்.

வெளியே 'கடக்'கென்று சத்தம் கேட்டது. "வண்டி வந்திட்டுது போலிருக்குதே" என்று நாகம்மாள் திண்ணையிலிருந்து எழுந்தாள்.

இத்தனை நேரம் உள்ளே வேலை செய்துகொண்டிருந்த ராமாயி, "அரிசி வண்டி இதுக்குள்ளே வந்திருமாக்கா?" என்று மெதுவாகச் சொல்லிக்கொண்டு வந்தாள்.

"செரி. அடுப்பு வேலையெல்லாம் ஆச்சா?" என்று நாகம்மாள் கேட்டாள்.

ராமாயி பொழுது போவதற்கு முன்பிருந்தே காரியம் செய்ய ஆரம்பித்திருந்தும், ஒன்றும் முடிந்தபாடில்லை. ஆனால் "இல்லை" என்று சொன்னால் 'எக்காளமா'க ஏதாவதொன்று சொல்வாளென்பது தெரியுமாதலால், "நீ தண்ணி வாத்துக்கிறதுக்குளே ஆகாதயா போயிருது, எந்திரியக்கா" என்றாள்.

"நான் மேலுக்கு ஊத்திக்கிறத்துக்குளே அந்த முறத்திலிருக்கிற அரிசி மாயமா வெந்து போயிருமா? பேச்சைப் பாரு, பேச்சை! மொதல்லே அரிசி கழுஞ்சு ஒலயிலே போடு. சோறு ஆக்கியானதுக்கப்பறம் வேறெ வேலை பாக்கலாம்" என்று நாகம்மாள் சொன்னாள்.

ராமாயி பதில் பேசாது முறத்திலிருக்கிற அரிசியை எடுத்துக் கொண்டு உள்ளே போனாள். நாகம்மாள் கூப்பிட்டு, "இத்தனையுமா போடப் போறாய்!" என்றாள். "ஆமாக்கா, நாம நாலு சீவனுக்கு இதுதான் வேண்டாமா?"

"நல்லாக் கணக்குப் போட்டாய். இப்படிப் பாத்தா ஊடு, வாசலாயிறாதா? உன்னையும் உன்ற ஊட்டுக்காரரையும் என்னையும் இந்தப் பூப்பாலனையும் ஒரே கணக்கில் சேத்தினயே! இந்தக் குழந்தை காப்பிடி தின்னுமா?"

"சரி, ரண்டு வட்டச்சோறை எடுத்துப் போடட்டாக்கா?" என்று கேட்டுக்கொண்டு ராமாயி திரும்பினாள். நாகம்மாள் சட்டென்று, "சுண்டைக்காயிலே வெக்கிறது பாதி, கடிக்கிறது பாதியென்ன? போட்டதை ஏன் எடுக்கிறாய்? மிச்சமிருந்தால் காலம்பர பழையது ஆகுது. வேலையைப் பாரு" என்றாள். அதோடு "சாணித் தண்ணி போட்டு இந்தக் கூடையை உள்ளே எடுத்துவை" என்ற கட்டளையும் இட்டாள்.

சாணித் தண்ணி போட்டுவிட்டால் எல்லாத் 'தீட்டும்' போய்விட்டதாக அர்த்தம். சந்தையிலிருந்து வந்து சாமான்களை உள்ளே கொண்டுபோகுமுன் சாணியை நீரில் கலக்கி அதை சாமான் நனையாமல் தெளித்துவிடுவது. சாமான்களுக்கு மட்டும் சாணித் தண்ணீரைப் போட்டுக்கொள்வதோடு சிலர் தங்களுக்கும் போட்டுக்கொண்டு குளிக்காமலே சும்மா இருந்துவிடுகிறதும் உண்டு. ஆனால் நாகம்மாளைப் போன்றவர்கள் அப்பேர்ப்பட்டவர்களை ரொம்பவும் இழிவாகக் கருதுவார்கள். இந்த மாதிரி விஷயங்களை நாகம்மாள் வரிந்து கட்டிக்கொண்டு பாட்டுப் பழமொழிகளுடன் பேச ஆரம்பித்துவிட்டால் கிட்டத்திலிருப்பவர்களுக்கும் பொழுது போவதே தெரியாது. நாகம்மாளும் நேரம் போவது தெரியாமல் பேசிக்கொண்டே இருப்பாள்.

சரி, நாகம்மாளைப்பற்றி சொல்லிக்கொண்டு போனால் சங்கதிகள் எல்லையற்று விரியுமாதலால் மற்றப் புறங்களிலும் திருஷ்டியைச் செலுத்துவோம்.

○

அத்தியாயம் 3

பத்து வருஷமாகக் கொண்டாடாதிருந்த மாரியம்மன் உற்சவம் இந்த வருஷம் கொண்டாடப்படுகிறது. கற்கள் கீழே விழுந்தும் வங்குபறித்தும் க்ஷீணதசை அடைந்திருந்த கோவிலின் சுவர்கள் மண்ணும் சுண்ணாம்பும் அடிக்கப்பட்டு பளிச் சென்றிருந்தன. நாலு பக்கத்தின் உச்சியிலும் வேப்பிலைக் கொத்துக்கள் சொருகப்பட்டிருந்தன. கோவிலுக்கு முன்பாகத் தென்னோலையில் வேயப்பட்ட பசும் பந்தல் மிக அழகா யிருந்தது. பந்தல் கூரையின் அடிப்புறத்தில் வண்ணான் மாத்து கட்டப்பட்டிருந்தது. சுவாமியின் சந்நிதானத்திற்கு நேர் எதிராக வெளிப்புறத்தில் பூவோடு வைக்கும் முக்கோணப் பாச்சா மரக்கம்பம் நடப்பட்டிருந்தது. கம்பத்து உச்சியில், மஞ்சள் துணியில் நவதானியங்களுடன் ஒரு செப்புக் காசும் வைத்துக் கட்டப்பட்டிருந்தது. ஊர்க்கிணற்றுப் பாதை சருகு சத்தைகள் ஒதுக்கிச் சுத்தமாக்கப்பட்டிருந்தது. பாதை பூராவுமே தண்ணீர் தெளித்து குளுகுளுவெனச் செய்திருந்தார்கள்.

ஊர் முழுதும் இதே பேச்சுத்தான். ஒவ்வொரு வீட்டிலும் சபைகள் கூடி அடுத்த நாள் எடுத்துச் செல்கிற மாவிளக்குத் தட்டங்களைப் பற்றியும், தங்கள் வீட்டுக்கு வந்திருக்கும் விருந்தினர்களுக்குச் செய்யப் போகும் பலகாரங்களைப் பற்றியும் பேசிக்கொண்டிருந்தார்கள். மணியக்காரர் வீட்டில் அன்று மத்தியானம் ஊர் பிரமுகர்களெல்லாம் கூடியிருந்தார் கள். வெகுகாலமாக இருந்துவந்த விபூதித் தகராறையும் இப்பொழுது ஒத்திவைத்துவிட்டார்கள். பூஜை பண்ணி பண்டாரம், விபூதியை விருந்தினர்களுக்குக் கொடுத்துவிட்டு விபூதித் தட்டைக் கீழே வைத்துவிடுவது, பின்பு இஷ்டப்பட்ட வர்கள் யார் வேண்டுமானாலும் எடுத்துக்கொள்வது என்று முடிவு செய்யப்பட்டது. மணியக்காரர் தலையாரியைக் கூப்பிட்டு எல்லோருக்கும் தாகத்திற்கு இளநீர் கொண்டு வரும்படி சொன்னார். அவன் சாலையோரத்தில் காலை

யிலேயே வெட்டிக் குவித்திருந்த இளநீர்க் காயை எடுத்துவந்து அங்குள்ளவர்களுக்கெல்லாம் சீவிக் கொடுத்துக்கொண்டிருந் தான்.

அதே சமயம் பொன்ன பண்டாரத்தின் வீட்டிலும் அந்த மாதிரிதான் ஒரு காட்சி நடந்துகொண்டிருந்தது. அங்கு, நாலைந்து வீட்டுப் பண்டாரங்களும், உள்ளூர் நாடார்களும், தோட்டி தலையாரிகளும், பழங்காலத்தில் பூஜை செய்துவந்த முறை மறைந்து, ஜனங்கள் ஆத்தாளை மறந்ததால், அவள் காட்டும் கோபம் இப்படியிருக்கிறதென்றும், இதை விக்கின மின்றி நிறைவேற்றுவதோடு, தங்களுக்கு இத்தனை நாளாக நிறுத்தி வைத்திருந்த வரவு இனங்களோடு சேர்த்துக் கொஞ்சம் அதிகமாகவே செய்யச் சொல்லி மணியக்காரரிடம் கேட்ப தென்றும் முடிவு செய்தார்கள். இதே மாதிரிதான் பட்டியிலும் களத்திலும் காட்டிலும், பெரியவர்களும் சின்னவர்களும் பொங்கலைப் பற்றியே பேசிக்கொண்டிருந்தார்கள்.

அன்று இரவு ஏழு மணிக்குத் தப்பட்டைச் சத்தம் 'டிம் டிம்' என்று 'தெரப்பாக' எழுந்தது. பத்துப் பதினைந்து பறையர்கள் கம்பத்தடியில் உட்கார்ந்து அடித்துக்கொண்டிருந்தார்கள். அந்தச் சத்தத்தைக் கேட்டவுடன் சாப்பாட்டைப் பாதி யிலேயே வைத்துவிட்டு குழந்தைகள் ஓடிவந்தன. பெரிய வர்களும் அவசர அவசரமாகச் சாப்பிட்டுக்கொண்டி ருந்தார்கள். பெண்களெல்லாம் மாலையிலேயே தலைக்குத் தயிர் தேய்த்துக் குளித்து, முகத்திற்கு மஞ்சள் பூசி, மினுமினுப் பாகக் கொண்டை போட்டுக்கொண்டிருந்தார்கள். வீட்டிற்குள் அடைந்து கிடக்க முடியாமல் அவசர அவசரமாக சாதம் பரிமாறிக்கொண்டிருந்தனர். பூவோட்டில் நெருப்பு 'தகதக' வென்று எரிந்துகொண்டிருந்தது. நாச்ச பண்டாரம் விரதம் கலையாமல் பத்துப் பழங்களையும் ஒரு படி பாலையும் குடித்துவிட்டு, புகையிலையை வாயில் அடக்கிக்கொண்டு பயபக்தியுடன், சுவாமியை எண்ணெயாலும், தண்ணீராலும், பாலாலும் ஆனந்தமாக அபிஷேகம் செய்துகொண்டிருந்தான். நெய் விளக்குகள் அம்மன் பக்கத்தில் எரிந்துகொண்டிருந்தன. கன்னங்கரேலென்று கமுகமாயிருந்த அம்மனுக்கு இடுப்பளவுப் புடவை சுற்றி, கண்ணுக்குக் கண்ணடக்கமும், இடைக்கு ஒட்டி யாணமும் இன்னும் சில நகைகளும் அணிவித்திருந்தார்கள். அந்த அம்மனின் தோற்றம் அங்கு பார்த்துக்கொண்டி ருந்தவர்களின் மனத்தில் அபார பக்தியை ஏற்படுத்துவதா யிருந்தது. பார்க்கப் பார்க்கச் சனங்கள் வந்து கூடிவிட் டார்கள். "கொட்டுங்கடா!" என்ற சப்தம் கேட்டது. பறையர்கள், "டண், டண், டணக் டணக்" என்ற இசையில் குச்சியைத்

தம்பட்டத்தில் செலுத்தினார்கள். மனதிலே ஒரு ஊக்கத்தையும் உற்சாகத்தையும் ஏற்படுத்துவதாயிருந்தது அந்த அடிகளின் இசை. 'ஜல், ஜல்' என்று சதங்கைகள் ஒலிக்க கம்பத்தைச் சுற்றிச் சிறியவர்களும் பெரியவர்களும் ஆடிக் கொண்டிருந்தார்கள். அவர்கள் தங்கள் ஆட்டத்திற்குத் தகுந்த பாட்டுக்கள் பாடிக்கொண்டே கம்பத்தைச் சுற்றி வந்தார்கள். வயதானவர்களும் பெண்களும், கோயில் ஓரத்திலும் அரச மரத்தடியிலும் நின்றுகொண்டிருந்தனர். அந்த ஆட்டக் காரர்களிலே ஒருவன் அடிக்கடி பறையர்கள் அடிப்பதைக் குற்றம் குறை சொல்லி வந்தான். அதிகாரம் தொனிக்கும் குரல்; உயரத்திற்கேற்ற பருமன். உருட்டிக் கட்டின வேஷ்டி, சரியான தலைக்கட்டு; அவனைக் கண்டு கூட இருப்பவர்கள் சந்தோஷம் கொள்வதும், அவன் அதட்டும்போது கொல்லென்று சிரிப்பதுமாயிருந்தார்கள். கம்பத்திற்கு எதிரில்தான் அரசமரக் கட்டடம். அதன்மீது ஒரு பெரியவர் உட்கார்ந்திருந்தார். அவருக்கு வயது அறுபது, எழுபது இருக்கும். அவர்தான் ஊர்ப்பண்ணாடியின் தகப்பனார். வயது அதிகமாகிக் கண் பார்வை மங்கிவிட்ட போதிலும் ரொம்ப உற்சாகமாகவே அவற்றை ரஸித்துக்கொண்டிருந்தார். அருகே போகிறவர்கள் வருகிறவர்களை விடாமல் ஏதோ வாயைக் கிளறிக்கொண்டி ருந்தார். "யாரடா சின்னு, இந்த அதிகாரம் பண்ணுறவன்?" என்று அவர் கேட்கவும் பக்கத்திலிருந்தவன், "அது நம்ம கெட்டீப்பனுங்க" என்றான். அந்தப் பெயரைக் கேட்டவுடன், "இப்படி ஏண்டா ரவுசு போடறான்? வெடிய வெடிய அடிக்கிற பறையனுக்கல்ல கஷ்டம் தெரியும்" என்றார். அதோடு அவர், "அவனுக்கும் குடிப்பதற்கு காசு எங்கிருந்து கிடைக்கு தோ!" என்றார்.

"அவனுக்கு எப்படியோ கிடைச்சுப் போகுதுங்க" என்று ஒருவன் சொல்லவும் அருகில் இருந்த எல்லோரும் சிரித்தார்கள்.

அவனுக்கு எப்படிப் பணம் கிடைக்கிறது? என்ன, ஏதாவது மந்திரம் தந்திரம் கற்று வைத்திருக்கிறானா? அதெல்லாம் ஒன்றுமில்லை; கெட்டியப்பனுக்கு இருந்த காடொன்றையும் தொலைத்துவிட்டான். அவன் வேறு ஒன்றும் செலவு செய்யவில்லை; இட்லியும், கள்ளும் அந்தக் காட்டை விலைக்கு வாங்கிவிட்டது! இப்போது வெறும் ஆள். அந்த 'விடுசூளை' யாருக்கும் பயப்படமாட்டான். ஊரில் எல்லோரும் அவனை ஒரு மாதிரியாகத்தான் நடத்துவார்கள். அவனிடம் பகைத்துக்கொண்டால் போச்சு; அன்றைக்கு, விரோதித்துக்கொண்டவனுக்கு வாழைத் தோட்டமிருந்தால் பத்துப் பன்னிரண்டு தாராவது பிஞ்சோடும் பூவோடும்

அறுபட்டுப் போய்விடும். அல்லது தென்னந்தோப்பு உள்ள வராயிருந்தால் இருபது, முப்பது குலையாவது பாளை குருத்தோடு காணாமல் போயிருக்கும். அவனிடம் தன்னைப் போன்ற நாலைந்து ஆட்களும் உண்டு. கெட்டியப்பனைப் பற்றி வளர்த்தினால் வளர்ந்துகொண்டே போகும். இப்போது அவனது ஆட்டத்தைப் பார்ப்போம்.

"என்னுங்க மாப்பிள்ளெ, இந்தப் பறயர்க அடியெல்லாம் மறந்திட்டானுகள்" என்று கையிலிருந்த கவையை ஓங்கிக் கொண்டு கெட்டியப்பன் தப்பட்டை கொட்டுகிறவர்களை அடிப்பதுபோலப் போனான்.

"அடே, கெட்டி, கெட்டி, வாண்டாம்" என்று சத்தம் போட்டுக்கொண்டு பண்ணாடிக் கவுண்டர் ஓடி வந்தார். அதே சமயம், "என்னுங்க சாமி, இந்த விளக்கு 'புசு புசுன்னு' போகுது" என்று சொல்லிக்கொண்டே நாச்ச பண்டாரம் வந்தான். "எக்கேடோ கெட்டுப்போங்கடா" என்று சொல்லிக் கொண்டே கெட்டியப்பன் தன் சாலையை நோக்கி நடந்தான்.

○

அத்தியாயம் 4

எண்ணெய் நிறைய இருந்தும் 'காற்று' குறைந்துவிட்டதால் 'கேஸ்லைட்' கொஞ்சம் கொஞ்சமாக உயிர்விட்டுக்கொண்டு வந்தது. பிரகாசமாக வெளிச்சம் அடித்துக்கொண்டிருந்த அந்த விளக்குக்கு என்ன நேர்ந்துவிட்டதோ? இனி 'லைட்டுக் காரனை'க் கூப்பிட்டுத்தானே அதை 'ரிப்பேர்' செய்ய வேண்டும் என்று அவர்கள் நினைத்தார்கள். அந்தமாதிரி விளக்குகளைக் கண்டிருக்கிறார்களே ஒழிய பாவம் அவர் களுக்கு அதைப் பற்றி ஒன்றுமே தெரியாது. யாராவது சிறு குழந்தைகள் விளக்கருகில் சென்றாலும், அவர்கள் அதட்டுகிற அதட்டலில் குழந்தைகள் நடுங்கிப்போய்விடும். நாலு நாளைக்கு வாடகைக்கு வாங்கி வருவார்கள். கூடவே விளக்கைக் கொளுத்த, அணைக்க ஒரு ஆளையும் கையோடேயே கூட்டி வந்துவிடுவார்கள். இந்த விசித்திர வேடிக்கைகளைப் பிரமாண்ட மான கூட்டம் கண்டு களிக்கிறதே! ஆனால் அந்த விளக்குக் காரன் எங்கே?

அவன் எந்த வீட்டுத் திண்ணையில் படுத்துத் தூங்கு கிறானோ? ஊர்ப் பண்ணாடி தீவட்டிக்காரனைக் கூப்பிட்ட வுடன், அரைத் தூக்கத்திலிருந்த ராமவண்ணான் ஒரு பந்தத் தைக் கொளுத்திக்கொண்டு ஓடிவந்தான். அவன் தலைமயிர் அந்த வெளிச்சத்தில் சிவப்பு வர்ணம் பூசியிருப்பதுபோல் தெரிந்தது. அடிக்கடி கையில் தொங்கவிட்டிருக்கும் கலயத் திலிருந்து எண்ணெயைக் கரண்டியில் எடுத்து விடும்போ தெல்லாம் தன்மேலும் சிந்திக்கொண்டான். சற்று நேரத்திற்கு முன் அங்கு காணப்பட்ட உற்சாகம் கொஞ்சம் சோபை குன்றிவிட்டது. ஊர்ப் பண்ணாடி உத்தரவிடவும், நாலைந்து பேர்கள் லைட்டுக்காரனைக் கூட்டி வர நாலு திக்குகளிலும் ஓடினார்கள். அப்போதுதான் நிலவு வெளிக்கிளம்பி எட்டிப் பார்த்துக்கொண்டிருந்தது. மங்கலாக இருண்டிருந்த வழி

களில் அவர்கள் வேகமாகச் செல்லும்போது தட்டுத் தடுமாறிக் கொண்டே ஓடினர். வீட்டுத் திண்ணையில் பகல் பூராவும் துணி துவைத்த சலிப்பில் வீராயி தூங்கிக்கொண்டிருந்தாள். பண்டிகை நாளானதால் ஏராளமான வேஷ்டியும் புடவையும் அலசி அலசி எடுத்து அவள் இடுப்பு முறிந்திருந்தது. அந்த ஆயாசத்தோடு அவள் அயர்ந்து தூங்கும்போது ஒரு சிறுவன் ஓடி வந்து 'தட தட' வென்று அவளைத் தட்டி எழுப்பினான். "சீக்கிரம் வா, விளக்குப் போச்சு" என்று அவசரமாக அந்தச் சிறுவன் சொல்லவும், அலறி அடித்துக்கொண்டு அவள் எழுந்தாள். அவள் முகத்தைக் கண்டதும், சிறுவன் பெரிய ஏமாற்றத்தோடு திரும்பி வேகமாக நடக்கையில் வாசலில் அடித்திருந்த முளை தடுக்கிவிடவும், கரணம் போட்டுக் கொண்டு வீதியில் விழுந்தான். இந்தவிதமாக அந்த இரவு லைட்டுக்காரனைத் தேடப் போனவர்களுக்கு நேர்ந்த விபத்துகள் எவ்வளவோ!

கடைசியாக, பாதித் தூக்கத்திலும், முழுத் தூக்கத்திலும் திண்ணையில் தூங்கிக்கொண்டிருந்த முக்கால்வாசிப் பேர்களை எழுப்பியான பிறகு லைட்டுக்கார நடராசனைக் கண்டுபிடித்துவிட்டார்கள். நடராசனுக்கு முதலில் இவர்கள் சொல்வது ஒன்றுமே புரியவில்லை. ஆனால் கண்ணைத் துடைத்துக்கொண்டு, "உடைந்துவிட்டதா?" என்றான். அவர்கள் சொல்வதிலிருந்து லைட்டுக்கு என்ன நேர்ந்துவிட்டது என்று அவனால் ஊகிக்க முடியவில்லை. பின்னர் அவன் கோவிலுக்கு வந்து சேர்ந்தபோது கூட்டம் முக்கால்வாசிக்குமேல் கலைந்து விட்டது. பந்தம் பிடிப்பவன் கீழே உட்கார்ந்திருக்கும் நடராசனைச் சுட்டுவிடுபவன்போல் பந்தத்தைச் சாய்ந்துப் பிடித்துக்கொண்டிருந்தான். அதிலிருந்து கிளம்பும் எண்ணெய்ப் புகையை அவனால் சகிக்க முடியவில்லை. சற்று நேரத்தில் 'கேஸ்' ஏற்றவும் பழையபடி வெளிச்சம் வீசியது.

அடுத்த நாள் புதன்கிழமை ஒவ்வொரு வீட்டிலிருந்தும் 'கிண் கிண்' என்று நெல் குத்தும் மனோகரச் சத்தம்; கோவிலுக்கும் வீட்டிற்கும், வீட்டிற்கும் கோவிலுக்கும் ஜனங்கள் ஓயாமல் நடந்துகொண்டிருந்தார்கள். அன்று ஒரு தோட்டத்திலும் ஏற்று இறைப்பதைக் காணோம். ஏன், தோட்டத்திற்கு யாருமே போவதையே காணோம். ஏதாவது வாழைக்காய், வாழை இலை, மிளகாய், இளநீர் வேண்டுமானால் துள்ளிப் பாயும் இரண்டொரு சிறுவர்களே தோட்டத்துப் பாதையில் காணப் பட்டார்கள். மாரியம்மன் பண்டிகைக்காக முறுக்கு, மிட்டாய் கள், வெற்றிலை பாக்கு, சூடம், சாம்பிராணிக் கடைகள் பக்கத் தூரிலிருந்து செட்டியார்கள் கொண்டு வந்திருந்தார்கள்.

பொரிகடலைக் கடைகள்தான் அதிகம் வந்திருந்தது. ஒரு வளையல்காரன் "அம்மா வளையல் வளையல்" என்று கத்திக் கொண்டே ஊருக்குள் சுற்றிக்கொண்டிருந்தான். கோவில் முன்னால் கருங்கல் அடுப்புகள் அநேகம் தயாராயிருந்தன. அவற்றின் மீது அழகான புது மண் பாத்திரங்களில் சாதம் கொதித்துக்கொண்டிருந்தது.

அதோ, வெண்கலத் தொனியில் ஒரு பெண் பேசுவது கேட்கிறதே. அது யாரது? அந்தப் புடவைக்கட்டிலிருந்தும், பாய்ச்சல் நடையிலிருந்தும் நாகம்மாளாகத்தான் இருக்க வேண்டுமென்று ஊகித்துக்கொண்டிருப்பீர்கள். ஆமாம், நாகம்மாள்தான். சுளிக்கும் மின்னல்போல அங்குமிங்கும் திரிந்துகொண்டிருக்கிறாள். சற்றைக்கொருதரம் ராமாயியிடம் வந்து, "கல்லைச் சரியாகத் தள்ளி வை; கரண்டியை அந்தப் பக்கம் வைக்காதே; குழந்தையைப் பார்த்துக்கொள்; அடுப் பண்டை போகப் போகுது" என்று சொல்லிக்கொண்டிருந்தாள். ராமாயிக்கு இதெல்லாம் சுத்தமாகப் பிடிக்கவில்லை. கஷ்டப் பட்டுக் கஷாயம் குடிக்கும் குழந்தையைப் போலப் பொறுமை யுடன் ஏற்றுக்கொண்டாள். சிலசமயம், "எனக்கே இதெல்லாம் தெரியும்" என்பாள். உடனே நாகம்மாளுக்குப் பிரமாதமாகக் கோபம் வந்துவிடும். "அப்படியா, இதோ நான் போய்விடு கிறேன்" என்று நாலு எட்டு வைத்துவிட்டுத் திரும்பி, "உனக்காக நான் போய்விட்டால், பின்னே என்ன இருக்குது?" என்று நின்றுகொண்டு உருட்டி விழிப்பாள். அங்கு கடல் ஒலிபோல் முழங்கும் அத்தனை கதம்பக் குரல்களையும் ராமாயினால் சகித்துக்கொண்டு சந்தோஷமாக இருக்க முடிந்தது. ஆனால் கெட்டியப்பன் அங்கு செய்யும் அட்டகாசங்களை அவளால் கண்கொண்டு பார்க்க முடியவில்லை. காட்டு ராஜாபோல கண்களை எதற்காக அவ்வளவு சிவப்பாக்கிக்கொண்டிருந் தானோ? பெருங்காற்றைப் போல கும்பலில் அங்குமிங்கும் அலைந்துகொண்டிருந்தான். ஒரு கடைக்காரனை அந்த இடத்தில் சாமான் விற்கக் கூடாதென்பான். ஒருபுறம் கட்டி யிருக்கும் தோரணத்தைப் போய் அறுத்துவிடுவான். எங்காவது ஒரு மூலையில் யாராவது ஒரு சக்கிலிப்பெண் கல் அடுப்புக் கூட்டி அப்போதுதான் நெருப்பு மூட்டுவாள்; இவன் பார்க் காதவன்போல காலால் உதைத்துக்கொண்டே செல்வான். இதையெல்லாம் பார்த்து ராமாயி, "பகவானே அவனுக்குக் கூலி கொடுப்பார்" என்று சும்மாயிருந்தாள். ஆனால், அவன் தன் பாத்திரங்களைக் கேட்காமல் எடுத்துக்கொள்வதும், திடீரென்று எங்கோ போய் பஞ்சாமிர்தம், பழங்கள் கொண்டு வருவதும், குழந்தையை எடுத்துக்கொண்டு கொஞ்சுவதும் அவளுக்குப் பிடிக்கவில்லை. இத்தனைக்கும் மேலாக அவனது

ஆட்டபாட்டங்களைக் கண்டு, நாகம்மாள் ஆனந்தப்பட்டுக் கொண்டு அவனிடம் பேசுவதையும் சிரிப்பதையும் காணக் காண ராமாயிக்குக் கோபமும் வெட்கமும் பொங்கிக்கொண்டு வந்தது. 'இந்தமாதிரி பெண்ணும் உலகத்தில் இருப்பாளா! என்ன மான ஈனமில்லாச் செய்கை' என்று மனத்திற்குள் நினைத்துக்கொண்டாள்.

மாலை நான்கு மணிக்குப் பூஜை முடிந்து யாவரும் பொங்கலோடு வீடு திரும்பினர். குழந்தை முத்தம்மாளை எடுத்து இடுப்பில் வைத்துக்கொண்டு இன்னொரு கையில் சாமான்களிருந்த கூடையைத் தலையில் வைத்துக்கொண்டு ராமாயி வீட்டிற்குப் புறப்பட்டாள். அதே சமயம் கோவிலுக்குப் பின்புறத்தில் நாகம்மாள் கெட்டியப்பனுக்கு என்னவோ மடியிலிருந்து எடுத்துக் கொடுத்தாள். அதைக் கண்டு முகத்தைச் சுளித்துக்கொண்டு ராமாயி வேகமாக நடந்தாள்.

அத்தியாயம் 5

ராமாயி பொங்கல் பாத்திரத்தை வீட்டில் இறக்கி வைத்துவிட்டுத் தன் புருஷனைக் கூட்டிவரக் காட்டிற்குக் கிளம்பினாள். முத்தாயாளும் கூட வருவேனென்று அழுதாள். 'நீ இங்கேயே இரு முத்து, நான் சீக்கிரமாக வந்திடறேன், என்று கால்படி உழக்கை எடுத்து ஒரு குத்துப் பொரியை அதில் போட்டுவிட்டு அவள் புறப்பட்டாள். அவள் புருஷன் எருமைக்குப் புல் கொண்டுவருவதற்காகத்தான் இன்று காட்டிற்குப் போயிருந்தான். இன்று விசேஷ நாளானதால் வழக்கம்போல வரும் சக்கிலிப் பையனும் வரவில்லை. அதனால் சின்னப்பனே இன்று காட்டுப்பக்கம் போயிருந் தான். ஆனால், பொழுது போயும் தன் புருஷன் இன்னும் ஏன் வீடு வரவில்லை என்பது ராமாயிக்கு விளங்கவிலை. அதற்காகத்தான் தானே போய்ச் சீக்கிரமாகக் கூட்டிவரச் சென்றுகொண்டிருந்தாள். காடு சுமார் அரை மைலுக்கு மேலி ருக்கும். குறுக்குவழியாகச் சென்றால் மூன்று காடு தாண்டி னால் போதும். அதனால் இட்டேறியில் செல்வதை விட்டு காட்டுப் பாதையில் ராமாயி நடந்தாள். வழி பூராவும் தட்டைக் காய்க் கொடிகள் ஒன்றோடொன்று பின்னிக் கிடந்தன. நடக்கும்போது கால்களைச் சுற்றிக்கொண்டு தடுமாறச் செய்தன. காட்டில் விதையாமல் முளைத்திருந்த வெங்கக் கற்கள் காலைக் காயப்படுத்தின.

அந்தி வேளை, சூரியன் அஸ்தமித்துக்கொண்டிருந்தான். சூழ்ந்திருந்த ஊஞ்சல் மரங்களிலும், சங்கம் புதர்களிலும் பொன்னிற மின்னல் கம்பிகள் ஊசலாடிக்கொண்டிருந்தன. இடையிடையே ஓணான்களும், பூச்சி புழுக்களும் போவதால் 'சர, சர' என்ற சப்தம் கேட்டுக்கொண்டிருந்தது. ராமாயி வேகமாக நடந்தாள். எதிரே யாராவது வருகிறார்களா என்று தலையைத் தூக்கிப் பார்த்துக்கொண்டாள். அடுத்த ஊருக்குப் போய் நூல் போட்டுவிட்டு பஞ்சு வாங்கிவந்த

மணியக்காரரின் தாயாரைக் கண்டதும் அவளுக்குச் சிரிப்பு வந்துவிட்டது. "இந்த வயதில்கூட பணம் சேர்ப்பதில் எவ்வளவு ஆசை பார்!'' என்று சொல்லிக்கொண்டாள்.

பெரியவள் ராமாயியைக் கண்டதும், "அடி ஆத்தா, இந்த நேரத்திலே மஞ்சளும் மணமுமா இந்தப் பக்கத்திலே தனியாக வரலாமா?'' என்று சொல்லிக் கன்னத்தில் கை வைத்தாள்.

ராமாயிக்கும் மனதிற்குள் கொஞ்சம் பயம்தான். இருந்தாலும் மனதைத் தேற்றிக்கொண்டு, "என்னூட்டுக் காரரைக் கூட்டியாரப் போறேன்'' என்றாள்.

கிழவி கன்னத்திலிருந்த கையை எடுக்காமல் கொஞ்சம் நெற்றியைச் சுளித்துக்கொண்டு, "அவனை நீதான் கோல் பிடித்துக் கூட்டியார வேணுமா? எனக்கும் எழுபது வயசாச்சு; இந்த அதிசயத்தைக் கண்டதில்லையம்மா. என் கலியாண மான வருஷம்...'' என்று பெரிய பேச்சாக ஆரம்பிக்கவும் ராமாயி தடுத்து, "இல்லே நேரமாச்சு, பூசையெல்லாம் பண்ணி யாச்சு; இன்னம் காணமேன்னு போறேன்'' என்றாள்.

கிழவி வாயெடுப்பதற்குள் மீண்டும் ராமாயி, "நீங்களே போய் பஞ்சு வாங்கி வரணுமா? யாராவது போறவங்ககிட்டக் கொடுத்துட்டா வாங்கியார மாட்டார்களா?" என்றாள்.

"கொறப்பயங்கிட்டே கொடுத்துவிட்டாக்கூட, செட்டி, பஞ்சு கொடுத்திடுவான். ஆனால் என் நூற்புக்கு எல்லா ரையும் போலவா துட்டு வாங்குவேன்? இண்ணைக்கு மூணு அணா எச்சா வாங்கி வந்திருக்கிறேன்" என்று இடுப்பில் சொருகியிருந்த முடிச்சைத் தொட்டுக் காட்டினாள். கிழவியின் சாமர்த்தியத்தைக் கேட்டு சிரித்துக்கொண்டே, "நான் போய் வாரேன்" என்று ராமாயி நடந்தாள்.

தனது புருஷன் கிணற்றடியில் இருப்பானென்று பார்த்தாள். ஆனால் அங்கே காணோம். இரண்டொரு ஆட்டுக் குட்டிகள்தான் வேலி முட்களைத் தின்றுகொண்டிருந்தன. வெகு தூரத்தில் இவளுடைய புடவையைக் கண்டதும் மாடு 'அம்மா' எனக் கத்தியது. "சரி குடிசைக்குள்தான் இருப்பார். ஆமாம், இந்நேரத்தில் குடிசையில் என்ன செய்கிறார்?" என்று யோசித்துக்கொண்டே போனாள்.

சின்னப்பன் குடிசைக்குள்ளிருந்த கயிற்றுக் கட்டிலின் மேல் உட்கார்ந்திருந்தான். அந்தக் கிராமத்திலிருந்தும் அவன் தேகம் திடகாத்திரமானதல்ல. அதிலிருந்தே இளமையில் அவன் அதிக நோயினால் கஷ்டப்பட்டிருக்கிறான் என்பதைத் தெரிந்து கொள்ளலாம். அவனது முகத்தில் வாழ்வின் சஞ்சலச் சாயைகள்

ஒன்றுமில்லை. கஷ்ட ஜீவனத்தின் கவலைகள் இல்லையா தலால் கண்களில் ஜீவகளை தளும்பிக்கொண்டிருந்தது.

சின்னப்பனுக்கு அவளைக் கண்டதும் பெரிய ஆச்சரிய மாயிருந்தது. “நீ இங்கே எதற்காக வந்தாய். நானே வரலா மெனுருந்தேனே” என்றான்.

அவள் பேசவில்லை. அவன் முகத்தையே பார்த்துக் கொண்டிருந்தாள். அவனுடைய குரலைக் கேட்க அவளுக்கு என்னமோ போலிருந்தது.

“இங்கே ஏன் உக்காந்துக்கிட்டு இருக்கீங்க” என்று சொன்னவள், அதற்குள் அங்கே கட்டிப் போட்டிருந்த புல்லைப் பார்த்துவிட்டு, “எடுத்துக்கிட்டு வராமே நல்லா ரோசனை பண்ணீட்டிருந்தீங்க” என்றாள்.

சின்னப்பன், “வந்தாப் போகுது” என்றான். அவனுடைய கண்கள் கலங்கியிருந்தன. ரொம்ப மெதுவாகப் பேசுவதிலிருந்தே அதிக வருத்தமடைந்திருந்தான் என்பது தெரிந்தது.

ராமாயி, “சரிதான் சொன்னா ஒரு பேச்சிலே எழுங்கோ” என்றாள். அவள் முகமும் துயர அலைகளால் வாடியது; இளங்காற்றில் நழுவிப்போன மார்புச் சேலையைக்கூட எடுத்துச் சொருகவில்லை. ஒரு காலைக் குடிசைக் கம்புமேல் வைத்து நின்றுகொண்டிருந்தாள். சின்னப்பன் கட்டில் கயிற்றை ஒவ்வொன்றாகத் தடவியவாறே, “அதோ அடிபடுதே அந்த தப்பட்டைச் சத்தம், அதைக் கேக்க எனக்கு எப்படி இருக்குது தெரியுமா?” என்றான். அவன் ‘அந்தச் சத்தம்’ என்றவுடன் மெதுவாகக் கேட்டுக்கொண்டிருந்த சப்தம் ரொம்பப் பல மாகக் கேட்பது போலிருந்தது அவளுக்கு. அரைகுறையாக அர்த்தமானாலும் முழுதும் தெரியவேண்டி, “என்ன” என்றாள்.

“என்னவா? உங்கிட்ட முந்தி பலதரம் சொன்ன கதை தான். உம், என்னவோ நம்ம ஊர் பூரா தலைகால் தெரியாது குதிக்குது. ஏமாளியாயிருந்தவங்ககூட கொம்மாளம் போட றாங்க. இதேமாதிரிதான் பத்து வருஷத்துக்கு முன்னாலே நடந்த பொங்கலின்போது நானும், என் அண்ணனும் . . . . . .” என்று நிறுத்தினான்.

“அந்தக் குப்பையைக் கிளர்றதுலே என்ன சொவம் இருக்குது. ஒடம்பிலே வாணம் பட்டு மேனாடு போன மவராசன் புண்ணிய வான்னு சொல்லுங்க” என்றாள் ராமாயி.

“அது நெசந்தான்; கமுந்த பாலு கலயம் ஏராது. ஆனால் அதை நெனைக்க நெனைக்க . . . . . . அடடா! அண்ணைக்கு ஆட்டம் கட்டினதிலிருந்து சாமத்துவரை எப்படிக் குதித்துக் கொண்டிருந்தோம். அண்ணைக்கு ராத்திரி வாணத் தீயில் அண்ணன் ஒடம்பு வெந்துபோகுமின்னு எவந்தான் நெனைச்

சான்! உம், ஆத்தா இத்தனை நாளாக் கொண்டாடாதிருந்தது கூட எமக்கு ஒரு விதத்தில் நல்லதாக இருந்தது. ஆனா இப்போ அந்த நெனைப்பெல்லாம் புத்தீசல்போலப் 'பொல பொல'ன்னு வருதே!" என்றான்.

ராமாயி கணவன் முகத்தையே பார்த்துக்கொண்டு நின்றாள். வெளியில் ஒரே இருட்டு; குடிசைக்குப் பக்கத்திலுள்ள பட்டியிலிருந்த ஒரு ஆடு 'மே, மே' எனக் கத்தியது. ராமாயி என்னவோ நினைத்துக்கொண்டு வந்து அது எப்படியோ முடிந்துவிட்டது! தன் புருஷனை அதிக சந்தோஷமூட்ட வந்தவள், தானே அவனுடைய சோகத்திற்கு அதிக தூபம் போட்டவளானாள். ஆனால் இதையெல்லாம் சமாளித்துக் கொண்டு, "இப்படி உட்காந்திருந்து என்ன லாபம்? போவலாமே" என்றாள்.

சின்னப்பனும் அவள் சொன்னதைத் தட்டாமல் எழுந்தான். அவன் கையிலிருந்த புல்கட்டைத் தான் வாங்கிக்கொண்டு, "இந்த வருசம் உங்க அக்காகூட ஏன் பொங்கலுக்கு வல்லை?" என்றாள்.

"அவ கைக்குழந்தைக்கு மாந்தமாம்; ஒரு வாரமாப் படுத்துக்கிட்டிருக்குதாம். அதனாலே இங்கே நலக்கத்தோடு ஏன் எடுத்து வரவேணுமின்னு நின்னுட்டா. அவ புருஷங்கூட வரமுடியாத போச்சு" என்றான்.

அப்போது ராமாயிக்கு அன்று மாலை நாகம்மாள் நடந்துகொண்டது ஞாபகத்திற்கு வந்தது. ஆனால் தன் கணவன் எங்கே கோபித்துக்கொள்வானோ என்று அஞ்சி ஏதோ சொல்ல வாயெடுத்தவள் அடக்கிக்கொண்டாள்.

"இருந்தாலும் ஒரு பொம்பளெ, அத்தனை பேருக்கெதிரில் கெட்டியப்பனோடு அப்படி சிரிப்பும் விளையாட்டுமா இருப்பாளா?"

"அந்தப் பேச்சையே எடுக்காதே" என்று கசப்புடன் சின்னப்பன் கூறினான்.

அத்தியாயம் 6

அடுத்த நாள் காலை அமைதி கலைக்கப்படுவதற்கு முன்பே சின்னப்பன் கலப்பையைத் தோளில் சாத்திக்கொண்டு தோட்டத்திற்குக் கிளம்பினான். அன்று எள்ளு விதைப்பு நாள். அதனால் தோட்டத்து ஆளிடம் முன்னமேயே எருதுகளைப் பிடித்துக்கொண்டு போகும்படி சொல்லியிருந்தான். போகும் போது நாகம்மாளைச் சீக்கிரமாக வரச் சொல்லியிருந்தான்.

ராமாயி வாசலில் பாத்திரங்களைப் பரப்பி விளக்கிக் கொண்டிருந்தாள். அன்று அவளுக்குச் சாதாரண நாளை விட வேலை சற்று அதிகமாகவே இருந்தது. "நீ இப்படி ஒய்யார மாக உக்காந்துகொண்டிருக்கிறாய்; நான் போக வேண்டாமா?" என்றாள் நாகம்மாள்.

"ஆச்சு இதோ தண்ணியும் சுடவைத்துக் கொடுத்துடறேன்" என்று சொல்லிவிட்டு வேகமாகக் காரியத்தைக் கவனித்தாள்.

அப்பொழுது அவளைப் பேசச் சொல்லியிருந்தால், "சாலிட்டு வந்து குளித்துத் தொலையறதுதானே" என்ற வார்த்தை கள் வெளிவந்திருக்கும். ஆனால் அவள் வாயைத் திறக்கவில்லை. அப்படிச் சொன்னால் வீடே கிடுகிடுத்துவிடுமே! இவள் சும்மாயிருந்தாலும் நாகம்மாள், "ராத்திரிப் பூராவும் தலைவலி, படாத பாடுபட்டேன். இப்போ இந்தக் கதகதப்போடேயே ஓடு என்கிறாயா? அப்படிப் போய் பாடுபட்டு கடைசியில் நானா தலையில் கட்டிக்கிட்டுப் போறேன்?" என்று உக்கிரமாக மொழிந்தாள்.

ராமாயி பதில் பேசவில்லை. அவளிடம் பேசுவது வீண் வம்பை விலைக்கு வாங்கிக்கொள்வதாகுமென்று எண்ணி மௌனமானாள். நாகம்மாள் மறுபடியும் என்னவோ தூற்றிக் கொண்டே வீட்டிற்குள் போனாள். அடுப்பில் பால் 'குபு

குபு' வெனப் பொங்கிக்கொண்டிருந்தது. கதவோரம் கூட்டின குப்பை ஒதுக்கி வைத்திருந்தது. அதைப் பார்த்துவிட்டு, "இதை வழித்துக் கொட்டக்கூட நேரமில்லை! அப்படி வேலை பறக்கிற தோ?" என்று முணுமுணுத்தாள். அவள் சொல்வதைக் கேட் காதவள்போல அவசர அவசரமாகப் பாத்திரங்களைத் துலக்கி வைத்துக்கொண்டிருந்தாள் ராமாயி. இந்த ராணி யம்மாளின் லீலைகள் என்றுதான் அடங்குமோ என்று மனத்திற்குள் நினைத்துக்கொண்டாள். அவளை எதிர்த்துப் பேசுவது புருஷனுக்குப் பிடிக்கவில்லை. தனக்கும் என்ன காரணத்தாலோ அவளைத் தட்டிச் சொல்ல மனம் வருவதில்லை. இதை இப்படியே விட்டால் நாளுக்குநாள் அதிகமாகிக் கொண்டு தானே போகும்? ஆனால் அதற்காக என்ன செயவது?

"முத்து, இங்கே வா. தலையில் எல்லாம் இத்தனை மண். யாராச்சு இந்த ஊட்டிலே உன்னைக் கவனிச்சு குழிப்பாட்டி விட உண்டா?" என்று அங்கலாய்த்துக் கொண்டாள்.

இந்த வார்த்தைகளைக் கேட்க ராமாயிக்குப் புண்ணில் கோலைவிட்டு உபத்திரவிப்பது போலிருந்தது. இருந்தாலும் சகித்துக்கொண்டு ஒன்றும் பேசாமல் இருந்தாள்.

நாகம்மாள் ஸ்நான பானம் பண்ணுவதற்குள் வெயில் நன்றாக வந்துவிட்டது. ஆனாலும் அவள் புறப்பட்ட பாடில்லை. தெரு வரையிலும் போய்விட்டு மறுபடியும் வீட்டிற்குள் வருவாள். என்னவோ வைத்து மறந்துவிட்டவள் போல அங்குமிங்கும் தேடிவிட்டு, "எதுதான் வெச்ச இடத்தில் சீராக இருக்கிற" தென்பாள். "இந்தப் புகையிலையை அடுக்குச் சந்தில் கொண்டுபோய் வெச்சதாரோ? எங்கே கொண்டுபோக வெச்சதோ?" என்பாள். 'எங்க அம்மா ஊட்டுக்குத்தான் கொண்டுபோகலாமினு ஒளிச்சு வெச்சேன்' என்று சொல்லி விடலாமென ராமாயி நினைப்பாள்.

ஆனால் அவளிடம் விவாதம் செய்வதில் பயன் ஒன்று மில்லையெனக் கண்டு, "முத்து, மத்தியானம் ஆகிவிட்டது; மாட்டுக்குக் கழுநீர் களிஞ்சு வெக்கலே. வா போவலாம்" என்று குழந்தையைக் கூப்பிட்டுக்கொண்டே ராமாயி நகர்ந்தாள்.

நாகம்மாள் குழந்தையைத் தரதரவென இழுத்துக் கொண்டு, "உனக்கு விடியரப்பவே மத்தியானம் ஆகிடும். மத்தியானம் ஆனா இருட்டீட்டது என்பாய். பகலை இருட்டென் பவள் என்ன காரியத்துக்கு அஞ்சுவாய்? நேரமாச்சு போ என்று என்னிடம் சொல்றதுதானே? அதுக்கு இத்தனை திருகு தண்டம் ஏன்" என்று ஆத்திரமாகச் சொன்னாள்.

"நான் சண்டைக் காட்டுக்கு இளச்சவளக்கா" என்று சொல்லிக்கொண்டே ராமாயி கட்டுத்தரைப் பக்கம் கழிதட்டு களை ஒதுக்கப் போய்விட்டாள். முத்தம்மாளுக்கு இந்த நாடகம் விளங்கவில்லை. எப்பொழுதும் சொந்தத் தாயை விட அதிக செல்லமாக ராமாயி வளர்த்து வருகிறாள்; ஆதலால், "சின்னம்மா நான் உங்கூடவே வாரேன்" என்று அவள் பின்னால் ஓடினாள் முத்து.

"உன்னையும் நாளைக்கு அவளைப்போல் ஒரு 'தட்டு வாணி'யாக்கிப் போடுவாள். அங்கே போகாதே வா. அங்கே போகாதே" என்று தன் மகளுக்கு நற்புத்தி கூறி நாகம்மாள் குழந்தையின் கன்னத்தில் ஒரு இடி கொடுத்துவிட்டு நடந்தாள்.

காலம் மகத்தான மாறுதல்களைச் செய்துவிடுகிறது. இந்த கர்வம், அதட்டல், ஆங்காரம் எல்லாம் ஒரு நாளைக்கு மண்ணில் தலை சாய்ந்துவிடும். ஒளியின் வேகத்திற்கும் ஒரு எல்லையுண்டு. வீணாக ஏன் மனதை அலட்டிக்கொள்ள வேண்டும்? ஆனால் ராமாயி இந்தச் சித்தாந்தங்களை நினைத்த தாகவே தெரியவில்லை. அவள் கண்களில் ததும்பிய நீரைத் துடைத்துக்கொண்டே, கூடையிலிருந்த சாணியைக் குப்பை மேட்டில் கொட்டிவிட்டு, கட்டுத்தரையில் விழுந்து கிடந்த கழிதட்டுகளைப் பொறுக்கிக்கொண்டிருந்த முத்தாயியைக் கூப்பிட்டாள். சின்னம்மாவின் குரலைக் கேட்டதும் குழந்தை தன் கையிலிருந்த தட்டுகளை எறிந்துவிட்டு ஓடிவந்து அவளைக் கட்டிப் பிடித்துக்கொண்டே, "அம்மாளை எங்கே போகச் சொன்னாய்?" என்றது.

ராமாயி தன்னையும் அறியாமல், "சுடுகாட்டிற்கு" என்று விட்டாள். ஆனால், அடுத்த கணமே, "ஐயையோ ஏன்தான் இப்படிப்பட்ட வார்த்தை வருகிறதோ" என்று தன்னையே நொந்துகொண்டாள்.

அதேசமயம் "நீ போகச் சொன்னவுடன் போயிடுவாளா?" என்ற சத்தம் கேட்கவும் திடீரென திரும்பிப் பார்த்தாள்.

ஆழ்ந்து யோசியாமல் உணர்ச்சியின் வேகத்தில் ஒவ்வொரு சமயம் நிதானமின்றிச் சொல்லிவிடுகிறோம். 'காலம் கழிந்து விடும், வார்த்தை நிற்கும்.' அதனால் சில சமயங்கள் பெரிய அபாயங்கள்கூட நேர்ந்துவிடுகிறது உண்டு. ஆனால் அப்படி ஒன்றும் இப்போது ராமாயிக்கு நேர்ந்துவிடவில்லை. ஏனென்றால் இந்தக் கேள்விக்குச் சொந்தக்காரியான செல்லக்காள் அப்படிப் பட்ட குணம் படைத்தவளல்ல.

"காத்தாலே எப்பவும் இதுதானா?" என்றாள் செல்லக்காள்.

"நீயும் பக்கத்திலிருந்து பாத்துக்கிட்டுத்தானே வருகிறாய்" என்றாள் வருத்தத்தோடு ராமாயி.

"அவ குணம் தெரிந்தே இருக்குதே; நீ ஏன் வாய் குடுத்துக் கிறாய்?" என்று செல்லக்காள் கேட்கவும், "நானா வாய் குடுக்கிறேன்" என்று தலைமேல் கையை வைத்தாள் ராமாயி.

◯

அத்தியாயம் 7

நாகம்மாள் தோட்டத்திற்கு வந்து சேர்ந்தபோது சூரியன் மரக்கிளைக்கு மேலே எட்டிப் பார்த்துக்கொண்டிருந்தான். நாற்புறமும் அசைந்தாடிக்கொண்டிருந்த கிளைகள் மேல் சூரிய வெளிச்சம் பட்டுக்கொண்டிருந்தது. காக்கைகள் அங்கொன்றும் இங்கொன்றுமாக மண்ணுக்கு மேல் சிதறிக் கிடந்த எள்ளுகளைக் கொத்த ஆரம்பித்தன; வேலியோரத்தில் ஒரு மாடு மேச்சலுக்காகக் கட்டப்பட்டிருந்தது. அப்போது இரண்டு நெடும் பாத்திக்குமேல் சின்னப்பன் உழுதிருந்தான். காளைகள் பஞ்சுப் பூமியை உழுவதைப் போல சுலபமாக தலை குனியாமல் போய்க்கொண்டிருந்தன. சின்னப்பன் கையிலிருக்கும் உழுக்கோலால் கொழுவில் கட்டிக்கொள்ளும் மண்ணை அடிக்கடி தட்டிவிட்டுக்கொண்டே சென்றான். இவ்வளவு நேரம் சாலிட்டுக்கொண்டிருந்த கருப்பன் எள்ளுக் கூடையை நாகம்மாளிடம் கொடுத்துவிட்டு பட்டி திறந்து விடுவதற்காகப் போனான்.

அவன் நாலடி போவதற்குள், "அடே ராகிக் காட்டிலே பண்டம் பூந்திடப் போவுது, ஜாக்கிரதை" என்றாள் அதட்டலாக. 'சரி' என்று தலையசைத்துச் சென்றவனைக் கூப்பிட்டு, "ஏண்டா சொன்னது காதிலே கேக்கலையா?" என்றாள். அவன் 'திரு திரு'வென விழித்தான்; இந்த மாதிரி அதட்டல் அதிகாரங்கள் எல்லாம் சின்னப்பனுக்குத் துளிகூடப் பிடிக்காது. "அவனை ஏன் பயப்படுத்த வேண்டும்? இங்கே எள்ளு சரியா விளாவில் விழுவதில்லை" என்றான் சின்னப்பன்.

"ஆமாம், நான்தான் ஊட்டிலிருந்து கருப்புக் கம்பளி யைப் போத்திக்கிட்டு வந்திருக்கிறேன்; உங்களைக் கண்டா எல்லாரும் பயப்படுவாங்க" என்றாள் நாகம்மாள்.

"ஏன் அவனை மறுபடியும் கூப்பிட்டீங்க?"

“தண்ணி கொண்டாரத்தான். குடிக்காமே தாகமாகவே இருந்திர முடியுமா”

“தண்ணீங்கிற பேச்சே எடுக்கக் காணமே. நீங்க மனசுக் குள்ளவே சும்மா நெனைச்சிருப்பீங்க” என்றான் சின்னப்பன்.

அவள் வெறுப்போடு அவன் முகத்தைப் பார்க்காமல் கூடையிலிருந்து குத்துக் குத்தாக எள்ளை வாரி இறைத்தாள். கருப்பன் திரும்பிக்கூடப் பார்க்காமல் வேகமாக நடந்தான்; ஏனென்றால் பார்த்துவிட்டால் அதுகூட ஒரு குற்றம் ஆகி விடாதா?

நேர்கோடு கிழித்ததைப் போல கலப்பை பூமியைப் பிளந்துகொண்டு தெற்கே போகும். பின்பு வளைந்து மறுபுறம் திரும்பும். நாகம்மாள் மௌனமாகச் சாலிட்டுக்கொண்டே வந்தாள்.

இள மத்தியானத்துக்குள் பாதிக் காடு உழுதாகிவிட்டது. அப்போது ஒரு சிறுமி பழைய சாதத்தைக் கொண்டுவந்து வேலா மரத்தடியில் இறக்கி வைத்தாள். சின்னப்பனும் ஏரை நிறுத்திவிட்டு கைகால் அலம்பிக்கொள்ளக் கிணற்றுப்பக்கம் போனான். நாகம்மாள் கூடையை வரப்போரத்தில் வைத்து விட்டு அங்கேயே உட்கார்ந்துவிட்டாள். வந்த பெண், கூடைக் குள்ளிருந்த சோற்றுக் கலயத்தை எடுத்து வெளியே வைத்தாள். ஒரு கொட்டைச் செடியிலிருந்து இலையைக் கிள்ளிவந்து சோற்றுக் கலயத்தை மூடிவிட்டு, “ஏக்கா பல் விளக்கியாச்சா” என்று நாகம்மாளைப் பார்த்துக் கேட்டாள். நாகம்மாள் அவள் கேட்டதற்குப் பதில் சொல்லவில்லை. “உங்க அம்மா உன்னைச் சோறு கொண்டுபோகச் சொன்னாளா?” என்றாள்.

வழக்கத்துக்கு மாறாக இன்று பக்கத்து வீட்டுச் சிறுமி சாதம் கொண்டுவந்ததால் இப்படிக் கேட்டாள் நாகம்மாள்.

“ஆமாம், எங்க அம்மாதான் போகச் சொன்னா” என்றாள்.

“எப்பவும் இல்லாத அதிசயமா இண்ணைக்கு ஏது போகச் சொல்லீட்டா” என்று சிரித்துக்கொண்டே நாகம்மாள் கேட்டாள்.

“எங்கம்மா நீயாச்சு கொண்டுபோய் சோறு கொடுத் திட்டு வா; பாவம் ராமாயி ஒருத்தியும் கஷ்டப்படறா என்றாள். நானும் எங்க தோட்டத்துக்கு இதுலேதானே போக வேணும்; இதையும் வாங்கீட்டு வந்தேன்” என்றாள்.

இந்த சந்தர்ப்பத்தை நன்றாகப் பயன்படுத்திக்கொண்டு இன்னும் நடந்த விஷயங்களை எல்லாம் கேட்டறிய வேண்டி, “பாப்பா உங்குணம் தங்கமான குணம்; அதனாலேதான்

உன்னைக் கண்டாலே எனக்குப் பேசவேணுமினுருக்குது. உம், அப்புறம் என்ன பேசினாங்க?" என்றாள்.

பாப்பாவும் உலகத்தைப் புரட்டிவிடுகிற பெரியதொரு ரகஸ்யம் தன்னிடம் இருப்பதைப் போல, "உன்னைப் பத்தி தான் என்னமோ பேசீட்டிருந்தாங்க" என்றாள்.

சிறு குழந்தைகளுக்கு இம்மாதிரி விஷயங்களில் சிரத்தையே கிடையாது. வீணாக அவர்களுடைய வாயைக் கிளறினால் இல்லாததைக்கூட கண்டபடி சொல்ல ஆரம்பிப் பார்கள். பின்பு அதனால் எத்தனை சண்டைகளோ!

நாகம்மாள் துருவித் துருவிக் கேட்டாள். அவளுக்குத் தெரிந்துகொள்ள வேண்டுமென்ற பேரவா மிகுந்திருந்தது.

இதற்குள் சின்னப்பன் அருகில் வந்துவிட்டான். அவன், தலைத் துண்டை விரித்துப்போட்டு அதன்மேல் உட்கார்ந் தான். சிறுமி, சாதத்தைக் கரைத்து கையில் ஊற்றினாள். நாகம்மாள் உட்கார்ந்த இடத்திலிருந்து அசையவில்லை. அவள் மனதில் பல சிந்தனைகள் உருண்டோடிக்கொண் டிருந்தன. இந்த மாதிரி கானலிலும், காற்றிலும் உழைத்து என்ன பயன்? ஏன் இப்படி இவர்களுடன் ஒட்டுக் குடித்தனமாக வாழவேண்டும்? இந்தப் பரந்துகிடக்கும் காட்டிலும், தோட்டத்திலும் தன் கணவனுக்குச் சேர வேண்டிய பாகம் பாதி இல்லையா? தானும் தன் குழந்தையும் ஏன் சுகமாகக் காலத்தைக் கழித்துக்கொண்டு போகக்கூடாது? தன் குழந்தைக்கு அழகான சீலை, ஒரு நகை நட்டு, பண்ணிப் போட்டுப் பார்த்தால் எப்படியிருக்கும்? மாதத்திற்கு நாலு பேருக்குக் குறையாமல் அவர்களுக்கு வேண்டியவர்கள் சொந்தம் பாராட்டிக்கொண்டு வந்துவிடுகிறார்கள். இதெல்லாம் யார் சம்பாதித்தது?

நல்லதோ, கெட்டதோ எதுவும் இப்படித்தான். ஒரு சிறு வித்து எப்படி பிஞ்சும் பூவும் குலுங்கும் விருக்ஷமாகி அதன் நிழலிலே எத்தனையோ ஜீவராசிகளுக்குக் குளிர்ந்த நிழலைத் தருகிறதோ, அந்த மாதிரி இந்தச் சிறு கனல்பொறியும் அவள் மனதில் மகாப் பெரிய அனல் மலையை வளர்க்கலாயிற்று. அப்படியே சிலை மாதிரி உட்கார்ந்துகொண்டிருந்தாளே யொழிய எழுந்திருக்கவில்லை.

சின்னப்பன் பாப்பாவிடம் மெதுவாக, "அவுங்களையும் சோறு குடிக்கச் சொல்லு" என்றான்.

"பல்லு விளக்கச் சொன்னேன்! அதையே கேக்கலையே" என்றாள் பாப்பா. அவள் சொல்லியது அருகிலிருக்கும் பத்துப் பேருக்குக் கேட்கும்போலிருக்கிறது.

ஆர். ஷண்முகசுந்தரம்

நாகம்மாள் வெடுக்கென்று, "இந்தத் தலைவலியில் பழைய சோத்தை நான் வாயில்கூட ஊத்தமாட்டேன்" என்றாள். சின்னப்பன் அதைக் கேட்டு, "தலைவலியானால் ஊட்டுக்குப் போயிடறது" என்றான்.

"போயிட்டா சாலிட வேறே ஆள் இருக்குதாக்கும்?"

"அடே, மாரா, மாரா" என்று கூப்பிட்டான் சின்னப்பன். "மாரனும் வேண்டாம். செல்லனும் வேண்டாம்" என்று தானே எழுந்தாள்.

"இல்லை, வெயிலில் இருந்தால் இன்னும் நோவு எச்சாகி விடும்" என்று சின்னப்பன் மறுபடியும் மாரனைக் கூப்பிட ஆரம்பித்தான். மாடு மேய்த்துக்கொண்டிருந்த மாரன் சத்தத்தைக் கேட்டு எழுந்து ஓடிவந்தான். நாகம்மாள் சற்று நிழலில் உட்கார்ந்தாள். பாப்பாத்தி மீதி சாதம் எவ்வளவு இருக்கிற தென்று அளவு பார்த்துக்கொண்டே குடிக்க ஆரம்பித்தாள். இதைக் கண்ட நாகம்மாள் அவசர அவசரமாகக் கையைக் கழுவிக்கொண்டு "கலயத்தை இப்படிக் கொடு" என்று கையை நீட்டினாள். சின்னப்பனுக்கு இதைக் காண ஆச்சரியமா யிருந்தது. திடீரென்று தோன்றிய நோவு மாயமாகத்தான் மறைந்துவிடுமாக்கும் என்று நினைத்துக்கொண்டு 'தாய், தாய்' என்று காளையைத் தட்டினான். அந்தி வானத்தைக் கிழித்துக்கொண்டு செல்லும் சூரியனைப் போலக் கலப்பையும் பூமியைக் கிழித்துக்கொண்டு சென்றது.

○

அத்தியாயம் 8

அந்திநேரம். மிருதுவான காற்று வீசிக்கொண்டிருந்தது. மெல்லிய காற்றால் கலைக்கப்படும் மேகக்கூட்டங்கள் விதவித உருவங்களால் வானத்தை அலங்கரித்த வண்ணமிருந்தன. நொய்யல் நதியில் 'குரு, குரு'வென ஓடிக்கொண்டிருந்த நீரைக் காலால் அடித்தவாறே வெண்மணலில் ஒரு மனிதன் நடந்து கொண்டிருந்தான். அவன் தலையில் ஒரு ஐந்துமுழ நீளமுள்ள துப்பட்டியை உருமாலாகச் சுற்றிக்கொண்டிருந்தான். உருட்டிக் கட்டிய வேட்டியைக் கையால் தடவிக்கொண்டே கரையேறி ஒற்றையடிப் பாதையில் இறங்கி நடந்தான்.

கருப்புக் கோடுபோலக் கரையருகே இருண்டிருந்த மரங்கள் அசையும்போது, சில சில பழுப்பு இலைகள் உதிர்ந்துகொண் டிருந்தன. அவன் போய்க்கொண்டிருந்த காட்டின் இடக் கோடியில் ஒரு குடிசை. பனை ஓலைகளால் வேயப்பட்டிருந்த அக்குடிசையின் ஓரத்தில் இரண்டொரு ஓலைகள் தலை தூக்கிக்கொண்டிருந்தன. அதன் அருகே எப்போதோ கள்ளோ அல்லது தெளுவோ குடித்துவிட்டு எறிந்த பனங்கொட்டை யொன்றும், ரொம்ப நாளைக்கு முன் மாமிசம் வறுத்ததிற்கு அடையாளமாக உடைந்துபோய்க் கிடந்த சட்டித் துண்டு களும், அடுப்புக் கல்லும் தங்களை இந்த நிலைக்குக் கொண்டு போய்விட்ட அன்பனின் வருகையை எதிர்பார்த்துக் கொண்டிருப்பது போலிருந்தது!

நாம் முன்பு சொன்ன ஆள் நடுக்காட்டிற்கு வந்ததும் குனிந்து ஒரு கல்லை எடுத்தான். பின்பு என்ன நினைத்துக் கொண்டானோ, கல்லைத் தூர எறிந்துவிட்டு, "யாரடா அது எருமையை வேலியோரம் கட்டினது" என்றான். அந்தக் குரல் வெண்கல மணியிலிருந்து எழுந்த நாதம்போல வெகு தூரத்திற்கு விசிறி அடித்தது. ஆற்றங்கரையோரம், இடிந்து போய்க் கிடந்த கோவிலில் அதன் பிரதித்வனி 'கணக்'கென

ஆர். ஷண்முகசுந்தரம்

எழுந்தது. இந்த அமானுஷ்யக் குரலிலிருந்தே அந்த நபர் கெட்டியப்பன்தானென்று விளங்கியிருக்கும். திடீரென்று பிறந்த இந்த 'அதிகாரம்' வெகு பேருடைய வேலையைத் தடை செய்யும் என்று கெட்டியப்பனால் எண்ணியிருக்கவே முடியாது.

பக்கத்துக் காட்டில் மரம் ஏறிக்கொண்டிருந்த சடைய மூப்பன் பாதி மரத்திலேயே 'டக்'கென்று இடைக்கயிற்றை நிறுத்தி சுற்றுமுற்றும் பார்த்தான். அவன் கண்ணுக்கெட்டிய தூரம்வரை தெரிந்த ஜீவன்களெல்லாம் தங்கள் பாட்டில் இயங்கிக்கொண்டிருந்தன. ஆனால் இந்தத் த்வனிக்குச் சொந்தக் காரர் யார் என்பதை அவனால் தெரிந்துகொள்ள முடியவில்லை. ஒரு சூன்யத்திலிருந்து வெடித்து வீசிய பேய்க் காற்றாக்கும் என்று எண்ணிக்கொண்டான் போலிருக்கிறது. அதனால் மூப்பன் 'டப் டப்' என்று முன்னோக்கி மேலேறி உச்சியின் அமிர்த கலசத்தை அடைய முயன்றான். பண்டம் பாடிகளை ஓட்டிக்கொண்டு போகிற சிறுவர் சிறுமியர்களும், அவசர அவசரமாகப் புல் பிடுங்கிக்கொண்டிருந்த கருப்பாயியும், சோளக் காட்டிற்குத் தண்ணீர் இறைத்துக்கொண்டிருந்த குப்பனும், இன்னும் மற்றவர்களும் ஏக காலத்தில் நாற்புறமும் திரும்பிப் பார்த்தார்கள் என்பதைச் சொல்வது அனாவசியம். ஆனால், இதற்குள் அந்த எருமைக்குச் சொந்தக்காரன், மந்திரவாதியைப் போல மாயமாகத் தோன்றி எருமையுடன் மறைந்துவிட்டான். அவன் எங்கிருந்து வந்தான் என்ற ஆராய்ச்சியிலெல்லாம் இறங்காமல் கெட்டியப்பனைப் பின்தொடர்வோம்.

குடிசைக்கு முன்னால் மூடியிருந்த தென்னந் தடுக்கை எடுத்து உசரத்தில் போட்டுவிட்டு உள்ளே நுழைந்தான். உட்புறம் ஒரே இருட்டாயிருந்தது. அதனால் அங்கே போட்டி ருந்த கட்டிலில் நெற்றி 'பட்' என்று மோதிவிட்டது. "உஸ் ஆ" என்றுகொண்டே தீப்பெட்டியை எடுக்க ஓலைக்கிடையே கையை விட்டான். "ஓ, அடி பலமாகப் பட்டுட்டதோ?" என்று யாரோ கேட்கவும், கெட்டியப்பன் 'சடக்'கெனப் பின்னால் நகர்ந்தான். அகாலத்தில் வந்த இந்த அபூர்வக் குரல் மனிதக் குரல்தானா அல்லது பேயோ பிசாசோவென அவன் மிரண்டு நிற்கையில், மெதுவாக ஒரு பெண்ணின் குரல், "நீதான் கெட்டியப் பனாச்சே" என்றது.

"அட! நீயா, மாரியாத்தா மாதிரி இந்நேரத்தில் இங்கு வந்து ஒளிஞ்சிருக்கிறே?"

"ஆமாம் நான் ஒளிஞ்சுதான் போனேன்" என்றது அந்தப் பெண் குரல். எடுத்த எடுப்பிலேயே இப்படி சுடச்சுட பதில் கொடுப்பது நாகம்மாள்தான். அவள் மசமசவென்றிருக்கும்

போதே வந்துவிட்டாள். வரம் கொடுக்கும் வரை பக்தன் காத்துக்கொண்டிருப்பதைப் போலத் தன் அன்பன் வரும்வரை பொறுமையுடன் இருந்தாள். அன்று சிக்கலான சில விஷயங் களை அவனுடைய அரிவாள் மூளையினால் தெரிந்து செல்ல வந்திருந்தாள்.

"விளக்கில்லையே?" என்றாள் நாகம்மாள்.

"அதுக்குத்தான் தீப்பெட்டி எடுக்கப் போறபோது நீ பயப்படுத்தி உட்டாயே" என்று சொல்லிக்கொண்டே ஓலைக்குள் கையை விட்டுத் துளாவினான். அவன் கை பட்டு ஓலை சர சரத்தது. "இந்தா, சத்தம் செய்யாதே" என்று சொல்லிக்கொண்டே நாகம்மாள் தான் கொண்டுவந்திருந்த பலகாரங்களை மடியிலிருந்து எடுத்தாள்.

"இங்கே யாருமில்லை. காளியையும் நாய்ச்சோறு கொண்டுவர போகச் சொல்லீட்டேன். இந்தா வெளியே எட்டிப்பாரு, பட்டி சாத்தியிருக்குதா?" என்றான்.

"என்ன நானா போய்ப் பாக்கிறது. யாராச்சு இந்தப் பக்கம் வருவாங்க போவாங்க."

"அடடா" என்றான். அதிலே எத்தனையோ வார்த்தை களில் பேசுவதைச் சொல்லிவிட்டான். நாகம்மாள் ரொம்ப தணிவாக, "அதுக்காகச் சொல்லலை உனக்குக்கூட" என்றவள் கொஞ்சம் பலமாக, "இதென்ன அசங்கியம்" என்றாள். அவள் வார்த்தைகளிலே உண்மையான வருத்தம் கலந்திருந்தது.

ஆமாம், இது சகஜம்தானே. தன் நடத்தையின் சாயை ஒருதரம் மின்னி விழுந்தது. காரிருளில் கன்னம் வைக்கும் கொலைகாரன்கூட தன் செய்கையை எண்ணி உள்ளூர அதிகமாக ஒவ்வோர் சமயம் வருத்தப்படுவதில்லையா? கெட்டியப்பன் விளக்கைக் கொளுத்திக்கொண்டு, "இண்ணைக்குக் காட்டிலே ரொம்ப வேலையா? இப்படி வெய்யல்லே உழைச்சா உன்னுடம்பு என்னவாகும்?" என்றான்.

வாழைக் குருத்துபோலத் தளதளவென்றிருக்கும் அவளுடைய தேகம் கருப்பாகி விடுமோ என்று அவன் சஞ்சலப்பட்டான் போலும்!

நாகம்மாள் எந்த விஷயத்தைப் பற்றிப் பேசலாமென்று வந்தாளோ அந்த விஷயம் ஆரம்பிக்கும் முன்பே எதிர் வந்து நிற்கிறது! இனியென்ன, மனதிலுள்ளதை வெளிப்படுத்த வேண்டியதுதானே!

"உனக்கு எப்பவும் பச்சை மாவுதானே பிடிக்கும்" என்று இலையிலிருந்த பலகாரங்களை அவன்முன் நகர்த்தினாள்.

ஆர். ஷண்முகசுந்தரம்

கெட்டியப்பன் ஒப்புக்கு அதைத் தொட்டு ஒரு வாய் போட்டுக்கொண்டு, "எனக்கு ராமாயி கொடுத்தா. பொழுதோடே தின்னது, இன்னம் பசியே இல்லே, நெஞ்சைக் கரிக்குது" என்றான்.

"என்ன, நிசம்மாவா. ராமாயி கொடுத்தாளா?" என்று ஆச்சரியத்தோடு கேட்டாள். "நீ எப்போ ஊட்டுக்குப் போனாய்?"

"மத்தியானம், தூங்கீட்டு எழுந்ததும் அங்கேதான் வந்தேன். நீ காட்டிலே இருந்தாய். கொஞ்ச நேரம் உக்காந்திருந்தேன். என்ன இருந்தாலும், ராமாயி கொஞ்சம் விதரணை தெரிஞ்சவதான்."

நாகம்மாள் எதைப் பற்றியோ யோசித்துக்கொண்டிருந்தாள். காற்று கொஞ்சம் கனத்தடித்ததால் வாரி வெளியில் 'தொப்' பென்று ஒரு தேங்காய் விழுந்து உருண்டு சென்றது.

"எல்லாம் எப்படி இருக்குது? சும்மா கையைக் கட்டி உக்காந்திட்டயோ" என்றாள்.

அவள் ரொம்ப தணிவாக, "நான் அவர்களிடமிருந்து விலகீடப் பாக்கிறேன்" என்றாள்.

"நீ சொன்னதும் ஒத்துக்கவாங்களா?" என்றான்.

"அதுக்குத்தானே உம்பட ரோசனையைக் கேக்கிறேன்."

"இந்தத் தோட்டம் காடு எல்லாம் உம் புருஷன் சம்பாதிச்சதுதானே?"

"புது மனுசனாட்டப் பேசறயே!"

"சரி, இதிலே குடுக்கமாட்டேன்னு சின்னப்பன் தகராறு செஞ்சா என்ன பண்றது?" என்று கெட்டியப்பன் சந்தேகத்தோடு கேட்டான்.

"நீதான் என்னவாவது பண்ணவேணும்" என்றாள் அவள், அவன் முகத்தைப் பார்த்துக்கொண்டு. கெட்டியப்பன் சிறிது நிதானித்துவிட்டு, "எப்படியும் பார்த்தே தீருவது. அப்படி கன்னாபின்னான்னா, மணியக்காரனை நம்ம கைக்குள் போட்டுக்கொள்றது. கடைசியிலே நான் இருக்கிறதே இருக்கிறேன்" என்றான்.

நாகம்மாள் நிமிர்ந்து உட்கார்ந்தாள். அவள் கண்களிலே சற்றுமுன் காணாத ஒரு ஒளி வீசியது.

"உம், நேரமாச்சு, நான் போறேன். இப்படி ஒரச்சு சொல்றதுக்கு ஒரு ஆள் இல்லையேன்னுதான் தவம்

கெடந்தேன்" என்று சொல்லிக்கொண்டே தலையை வெளியில் நீட்டிப் பார்த்தாள். யாரோ வரப்பின் மீது வருவது தெரிந்தது.

உடனே அவசரமாக, "நான் போறேன்" என்று அடி எடுத்து வைத்தாள். "அது யாருமிருக்காது" என்று கூறிக் கொண்டே அவள் பின்னால் வெளியே வந்தான் கெட்டியப்பன். துரிதமாக மறையும் பட்டுப் பூச்சியைப் போல அந்த இருளில் கண நேரத்தில் பறந்து சென்றாள் நாகம்மாள்.

O

அத்தியாயம் 9

பொங்கல் கழித்து ஒரு மாதமாயிற்று. ஆயினும் அதைப் பற்றிய பேச்சே இன்னும் ஊரில் அடிபட்டுக்கொண்டிருந்தது. பள்ளுப்பறை பதினெட்டுச் சாதிக்கும் இந்தப் பேச்சு உபயோக மான பொழுதுபோக்காயிருந்தது. “அக்கா, என்னூட்டிலே அப்படி குபுகுபுன்னு பொங்கல் சாய்ந்திருக்காட்டி என்னாவது நடந்திருக்கும்” என்பாள் ஒருத்தி.

“ஆத்தாள் கிருபை இல்லாட்டி இந்தக் கட்டாப்பு எம் பொண்ணு பிழைக்கிறதேது” என்பாள் மற்றவள். இப்படி அம்மனுக்குக்கூட அதனால் சற்று கௌரவம் உயரத்தான் செய்தது. இந்த வைபவத்தை ஒரு மாதம் அல்ல, ஒரு வருஷத்திற்குப் பின்னும் பேசிக்கொண்டிருக்கச் சிலர் தயாராயிருந்தார்கள். ஒரு விஷயம் அது நல்லதோ கெட்டதோ, அவசியமோ அனாவசியமோ, ஆகக் கூடியதோ ஆக முயாததோ, என்ன சங்கதியானாலும் அதை வளர்த்திக்கொண்டே பொழுதைக் களிப்பதில்தான் சிலருக்குப் பிரியம். அம்மாதிரி விவரங்கள் அவர்களோடு நிற்காமல் வீட்டுக்கு வீடு பரவி, கூடிய சீக்கிரம் கிராமம் முழுவதும் வியாபித்துவிடும். இப்போது இப்படிப்பட்டவர்களுக்குத்தான் கெட்டியப்பன் – நாகம்மாள் கிடைத்துவிட்டார்களே. இனி சும்மாவா விடுவார்கள்!

காட்டிலும், மேட்டிலும், களத்திலும், இட்டேறியிலும் முதலில் ஓரிருவர் ரகசியமாகப் பேசிக்கொண்டிருந்தது பின்பு பகிரங்க ரகசியமாயிற்று. உள்ளேயிருப்பவர்களுக்குத் தெரியாத தெல்லாம் எப்படித்தான் வெளியில் இருப்பவர்களுக்குத் தெரிந்து விடுகிறதோ! ஒருவேளை கற்பனை ரொம்பவும் உதவி செய்கிறது போலும்! நாலைச் சொல்லி வைப்போமே; பத்துக் கல்லு போட்டால் ஒரு கல் குறியாக விழாதா என்பது அவர்கள் எண்ணம். அதன்பின் நுணுக்கமாக ஆராய்ச்சி செய்யத்

தலைப்பட்டுவிடுகிறார்கள். சின்னப்பனுக்கு இதைக் கேட்கும் தோறும் ஒருசாண் கயிற்றை எடுத்துச் சுருக்குப் போட்டுக் கொள்ளலாமா என்று தோன்றும். பரம்பரையாக அவனுடைய பாட்டன் பூட்டனெல்லாம் எவ்வளவோ மானமரியாதையாக வாழ்ந்திருக்கிறார்கள். அவனுடைய தகப்பனார் காலத்தில் அவர்தான் ஊருக்குப் பெரிய மனிதர். அதாவது தோட்டி முதற்கொண்டு தொண்டைமான் வரையிலும் அனைவரும் தங்களுடைய வழக்குகளைத் தீர்த்துக்கொள்ள அவரிடம்தான் வருவார்கள். அவர் குணத்தில் தங்கமானவராய் இருந்ததைப் போலவே, பல்வேறு சச்சரவுகளையும் இரண்டு கட்சியாரும் சரியென ஒத்துக்கொள்ளும்படி சொல்வார். கடைசியாக மனஸ்தாபத்தோடு வந்தவர்கள் மகிழ்ச்சியோடு, "மவராசன் எது சொன்னாலும் ரண்டு கண்ணுக்கு மூக்கு வெச்சது போலத்தான்" என்று வாழ்த்திக்கொண்டே போவார்கள். சின்னப்பனும் தன் தகப்பனாரைப் போல நேர்மையானவன் தான் என்றாலும் இப்போது இவனிடத்தில் யாரும் எந்த வழக்குகளையும் தீர்த்துவைக்கச் சொல்வதில்லை. இதற்குப் பல காரணங்கள்; முக்கியமாக ஊருக்குள் இரண்டு கட்சி இருப்பதுதான்.

யாரும் நேரடியாகத் தன்னிடம் நாகம்மாளின் நடத்தையைப் பற்றிச் சொல்வதில்லையென்றாலும், அப்போதைக்கப்போது நடப்பு விவரங்கள் சின்னப்பனுக்குத் தெரிந்துகொண்டு தான் இருந்தன. ஒரு நாள் இதை மனதில் வைத்துக்கொண்டு, தன் மனைவியை இரண்டு அடி பலமாகப் போட்டுவிட்டான். பாவம், எதிர்த்துச் சொல்லக்கூடத் தெரியாத ராமாயி தன் தலைவிதியை நொந்துகொண்டே குப்புறப் படுத்து அழு அழு என்று அழுததுதான் மிச்சம். இன்னொரு நாள் தன் மனைவியிடம், "நீதான் சொல்லக்கூடாதா?" என்றான்.

"என்ன?" என்று அவள் கேட்டாள்.

"என்னவா? அதுதான் ஊர் சிரிக்குதே. உங் காது செவிடாவா போச்சு?"

"அதெல்லாம் கேட்டுத்தான் இருக்கிறேன். என்னை என்ன பண்ணச் சொல்றீங்க?" என்றாள்.

சின்னப்பன் பேசாமல் இருந்தான். அவனுக்கு என்ன செய்வதென்று தெரியவில்லை. இப்படியே விட்டுவைப் போமா? அப்படியானால் தெரிந்தேதான் சும்மா இருப்பதாக பிறர் நினைப்பார்கள். என்ன அசங்கியம்! குடும்பத்தின் பெயரைக் கெடுக்கத் தோன்றிவிட்டாளே! இந்த நாசகாரியால்

இன்னும் என்னென்ன அனர்த்தங்கள் விளையுமோ என்று நினைக்கும்போதே அவனுக்கு நடுக்கமெடுத்தது.

"எழுந்து போங்க, பால் கறக்க நேரமாவிலையா? என்னத்துக்கு விருமத்தி பிடிச்சாப்பலே உக்காந்திட்டே இருக்கிறீங்க" என்றாள் ராமாயி.

சின்னப்பனுக்கு அப்போதுதான் இன்னும் பால் கறக்காமல் சும்மா உட்கார்ந்துகொண்டிருக்கிறோம் என்பது தெரிந்தது. 'உம்' என்று ஒருவிதச் சலிப்போடு எழுந்தான். ஒரு மூலையில் ஒதுக்கி வைத்திருந்த குப்பையைப் பார்த்து, "இதெ வழிச்சுக் கொட்டப்படாதா?" என்றான் வெறுப்போடு. அதே சமயம் திண்ணையோரம் கோழிக் கூடு இன்னும் மூடாமலிருப்பதை யும், கோழியும் குஞ்சுகளும் சத்தம் இடுவதையும் கண்டான். இவைகளை எல்லாம் காணக் காணச் சின்னப்பன் கோபம் அதிகரித்துக்கொண்டே வந்தது.

"ஏன் இதெல்லாம் அப்படி அப்படியே கிடக்குது? பாங்காக் கவனிக்க ஒருத்தரும் இல்லையா?" என்றான் கோபமாக. அதட்டிப் பேசினாலே விறுக்கெனப் பயந்துகொள்கிற சுபாவம் உள்ளவள் ராமாயி. தன் கணவன் என்ன கேட்டான் என்பதையே மறந்துவிட்டு, "இதெல்லாம் அக்காதான் பாத்துக்குவா" என்றாள்.

"அவளுக்கு வரவரப் புத்தியும் கெட்டுப்போச்சு" என்றான். சாதாரணமாகத் தன் அண்ணன் மனைவியிடம் சின்னப் பனுக்கு எப்போதும் அதிக மதிப்பு உண்டு. ஆதியிலிருந்தே "அவர்கள், நீங்கள்" என்ற மரியாதை தப்பி ஒருபோதும் குறிப்பிட்டதில்லை. ஆனால் இன்று அவன் வாயிலிருந்து 'அவள்' என்று வருகிறது. இதெல்லாம் நடத்தையின் பலன் போலும்!

அப்போது நாகம்மாள் எங்கிருந்தோ வந்துவிட்டாள். ஆகையால் இவர்கள் சம்பாஷணை அப்படியே பாதியில் நிற்க வேண்டியதாயிற்று. சின்னப்பன் அருகிலிருந்த பால் கலயத்தை எடுத்துக்கொண்டு கட்டுத் தரைக்குப் போனான். அவனிடம் இப்பொழுது நாலு எருதுகள்தானிருக்கின்றன. கறவைக்காக இருந்த இரண்டு பசுக்களில் ஒன்றைப் போன வருஷம் திருப்பூர் தேரில் விற்றுவிட்டான். அதற்குப் பதிலாக வேறு பசு வாங்கவில்லை. குழந்தை முத்தம்மாள் பால் குடியை மறந்துவிட்டாளாதலால் அந்த ஒரு பசுவே அவர்களுக்கு எதேஷ்டமாக இருந்தது. காளைகள் எப்பொழுதும் தோட்டத்தில் தானிருக்கும். பசுவையும் பால் கறந்தவுடன் தோட்டத்திற்குப் பிடித்துக்கொண்டு போய்விடுவான். சின்னப்பனைக்

கண்டவுடன் கன்றுக்குட்டி ஒரு குதி துள்ளிக் குதித்தது. “இந்த வாயில்லாப் பண்டத்திற்குக்கூட விசுவாசம் இருக்கிறது. அந்தப் பழிகாரிக்கு அதுகூட இல்லையே” என்று நினைத் தான். வேட்டியை முழங்காலுக்குமேல் இழுத்துக் கோவணம் போட்டுக் கட்டிக்கொண்டு, எதிரில் துடித்துக்கொண்டிருந்த கன்றிடம், “பால் குடிக்க ரொம்ப ஆசையா” என்று அதன் கோமளமான முதுகைத் தடவிக்கொண்டே அவிழ்த்து விட்டான். கன்று நாலுகால் பாய்ச்சலில் சென்று அடி மடியை நாலு மோது மோதி முலையில் வாயை வைத்துச் சப்பியது. அருகே, எங்கோ சென்றுகொண்டிருந்த எருமை ஒன்று இந்தக் காட்சியை இமைகொட்டாமல் பார்த்துக் கொண்டு நின்றது. எருமையையும், பசுவையும் சின்னப்பன் மாறி மாறிப் பார்த்தான். ஒருவேளை அந்த வெள்ளைக்கும், கறுப்புக்கும் ஒற்றுமையைப் போலத்தான் குடும்பத்திலும் தற்போது ஒற்றுமை இருக்கிறதென நினைத்தானோ என்னவோ!

பின்பு பால் கறந்துகொண்டு வீட்டிற்குத் திரும்பினான். வீதித் திண்ணையோரம் முத்தாயி ஒண்டியாக நின்றிருப் பதைக் கண்டதும், “இங்கே ஏனாத்தா நிக்கிறாய்?’’ என்று அன்பாக அதனுடைய கையைப் பிடித்து இழுத்துக்கொண்டு போனான். “அம்மாளைப் பார்த்துக்கிட்டு இருந்தேன்; இப்ப தான் மாமன் கூட்டிப் போனாங்க’’ என்றாள் முத்தாயா. “மாமன்’’ என்ற வார்த்தையைக் கேட்டதும் ‘திகீல்’ என்றது சின்னப்பனுக்கு. சகஜமாக மாமன் என்று முத்தாயி கெட்டியப் பனைத்தான் சொல்வாள்.

“சரி கண்ணு நீ இப்படி விளையாடீட்டு இரு அம்மா வருவாங்க’’ என்று கூறிவிட்டு அவன் உள்ளே போனான்.

ராமாயி உள்ளிருந்தவாறே, “நான் போயிட்டா வெடுக் கிண்ணு போயிடும்; இந்தச் சங்காத்தம் ஒழிஞ்ச மாதிரி” என்று உரக்கச் சொல்லிக்கொண்டு வந்தாள். சின்னப்பன் தெரிந்துகொண்டவனாய், “நீயும் போகவேண்டாம். அவளும் போகவேண்டாம். இந்தா பாலைக் காச்சு போ’’ என்று பால் கலயத்தைக் கொடுத்தான்.

ராமாயி என்னவோ முணுமுணுத்துக்கொண்டே உள்ளே போய் அடுப்பை மூட்டினாள். சின்னப்பன் திண்ணையின் மீது மேல்துண்டை விரித்துப் படுத்தான்.

முத்தாயி, “சின்னய்யா, என் கிலுகிலுப்பையைப் பாத்தாயா?’’ என்று ஆனந்தப் பெருக்குடன் ஓடிவந்து அவன் மடிமீது விழுந்தாள். சின்னப்பன் அவளிடமிருந்து கிலு கிலுப்பையை வாங்கிப் பார்த்தான். புத்தம் புதிசாகப் பளபள

வென்று மேல்தகடு இன்னும் மெருகு போகாது இருக்கக் கண்டு, "இது ஏது?" என்று ஆச்சரியப்பட்டான். ஒருவேளை பொங்கலில் வாங்கியதாக இருக்குமோ? அப்படியானால் இந்தப் பளபளப்பு இன்னும் இருக்குமா? குழந்தைதான் உடைக் காமல் இன்னும் விட்டுவைக்குமா?

சின்னப்பன், குழந்தையின் தலையை அன்புடன் தடவி விட்டுக்கொண்டு, "இது உனக்கு யாரு கொடுத்தாங்க" என்று கேட்டான். அதற்குள் தலையில் நிறைய மண் இருப்பதைப் பார்த்து நன்றாகத் தட்டிவிட்டுக்கொண்டே, "யாராச்சு தலையில் மண்ணைப் போட்டுக்கொண்டா விளையாடு வாங்க?" என்றான்.

"எல்லாம் மண்ணை அள்ளிப் போட்டுக்கரப்போ, நான் போட்டுக்காமே எப்படியிருக்கிறது சித்தப்பா?" என்று கேட்டது குழந்தை.

சின்னப்பனுக்குச் சிரிப்பு வந்தது. ஆமாம் வாஸ்தவம் தான். கோவணம் கட்டாத ஊரில், கோவணம் கட்டினவன் பைத்தியக்காரன்தான்? ஆனாலும் இந்தக் குழந்தைக்கு இருக்கிற யூகம் இதைப் பெற்றவளுக்கு இல்லையே! எல்லோரும், யோக்கிய மாக ஒழுங்காக இருக்கிறபோது அவளுக்கேன் புத்தி இப்படிப் போச்சு என்று எண்ணினான். முத்தாயி என்னென்னவோ கேட்டுக்கொண்டேயிருந்தாள். அவள் கேட்கிற போதெல்லாம், "ஆம், இல்லை" என்று சொல்லிக்கொண்டிருந்தான் சின்னப்பன்.

"என்னப்பா, அப்பனும் மவளும் கொம்மாளம் போடறீங்க" என்று குரல் கேட்கவும் சின்னப்பன் திரும்பிப் பார்த்தான். தடியை ஊன்றிக்கொண்டு மேக்கால வளவுப் பெரியவர் நிற்பதைப் பார்த்து, "வாங்க, மாமா, வாங்க வாங்க. ஏது இந்தப் பக்கம் அத்தி பூத்தாப்பலே" என்று எழுந்து உட்கார்ந்தான்.

"அட, இல்லையப்பா, நம்ம செங்காளி காங்கயம் போயிருந்தானாக்கு. இந்த எளவு கிலுகிலுப்பை ரண்டு மூணு வாங்கியாந்திட்டான். அவனூட்டு புள்ளை பசங்கள் அதை வெச்சுக்கிட்டு, குடுகுடுன்னு ஆட்றதுகள், அதைப் பாத்து நம்ம வளவுப் பையன் கத்தறான். இந்தக் கெரகம் என்ன சொன்னாலும் கேக்க மாட்டீங்கது. நாளைக்கு நீ சந்தைக்குப் போனா ஒண்ணு வாங்கியாந்து தொலைச்சிடப்பா" என்றார்.

அவர் சொல்லிகொண்டிருக்கும்போதே தன் வீட்டுக் குழந்தைக்குக் கிலுகிலுப்பை கிடைத்த விஷயம் விளங்கி விட்டது. செங்காளி வகையறாக்கள் கெட்டியப்பனுடைய அத்தியந்த நண்பர்கள். அவர்களிடம் சின்னப்பனைச் சேர்ந்தவர்கள் சரியாகக்கூட பேச்சுவார்த்தை வைத்துக்கொள்ள

மாட்டார்கள். "ஓஹோ, அங்கிருந்துதான் கைக்குக் கைமாறி நம்ம வீட்டுக்குக் கிலுகிலுப்பை வந்ததா? சரிதான், இதுதான் இங்கே எதற்கு இருக்கிறது?" என்று முத்தாயி கையில் வைத்திருந்த கிலுகிலுப்பையை எடுத்தான். அவள் தூங்கிவிட்டதால் மெதுவாகக் கிலுகிலுப்பையை விட்டுவிட்டாள். அதை எறிந்து விட உத்தேசித்தவன் அதையே பெரியவரிடம் கொடுத்து விடலாமென நினைத்தான். பின்பு ஏனோ, "நாளைக்குப் போனால் வாங்கியாரனுங்க, அதுக்காக இன்னேரத்திலே வராது போனால் என்னுங்க" என்று அவரைத் தாட்டிவிட்டான். அப்புறம் அந்தச் சாமானை வெகு தூரத்திற்கப்பால் போய் விழும்படி விசிறி எறிந்தான். உடனே, "ஐயோ, விடியாலே குழந்தை விளையாடக் கேட்டா எதைக் கொடுப்பது" என்று எண்ணினான். ராமாயி வேலையை முடித்துக்கொண்டு தன் கணவனைச் சாப்பாட்டுக்கு அழைக்க வந்தாள். தூங்கு கிறானென சற்று நின்று நிதானித்தாள். பிறகு "என்னுங்க" என்று குரல் கொடுத்தாள். சின்னப்பன் விழித்துக்கொண்டு தான் படுத்திருந்தான் என்றாலும் ஏனோ பேச இஷ்டப் படாமல் கம்மென்றிருந்தான். ராமாயி மறுபடியும் கூப்பிட்டு விட்டு தட்டி எழுப்பலாமெனக் கீழே உட்கார்ந்தாள்.

"நான் சும்மாதான் படுத்திருக்கிறேன், வேலையிருந்தாப் போயிப் பாரு" என்றான்.

"நீங்க சோறு ......" என்று ஆரம்பிக்கும்போதே, "எனக்கு வாண்டாம்" என்று சின்னப்பன் சொல்விட்டான்.

"அப்படியானால் சோத்துக்குத் தண்ணி ஊத்தி மூடி விடட்டுமா? அக்காளும் வாண்டாமிண்ணுட்டாள்."

சின்னப்பன் மௌனமாகவே படுத்திருந்தான். ராமாயிக்கு இதெல்லாம் பிடிக்காது. யார் எக்கேடு கெட்டுப் போனாலும் என்ன? நாம் ஒழுங்காய் இருந்தால் போதும் என்று நினைப்பவள் அவள். எந்த மூதேவியின் பொருட்டோ தன் கணவன் பட்டினி கிடப்பது சுத்தப் பைத்தியக்காரத்தனம் என்று நினைத்தாள்.

"இப்படியே இனி சாப்பிடாமத்தான் இருந்திடப் போறீங்களா?" என்றாள்.

"அப்படியிருந்திட்டா சௌக்கியமாப் போகுமா?"

"ஆமாம், அப்படியே விட்டுட்டாலும் இன்னும் சில பேருக்குக் கொண்டாட்டம்தான்!"

"இதெல்லாம் விதி. இந்த மூக்குப்போன மூதேவி எல்லாம் உதித்துவிட்டுத் திரியுதே!"

"நீங்க பேசறது எனக்கொன்றும் தெரியலை. இப்படி இல்லாததெல்லாம் நீங்களே உண்டுபண்ணுவீங்க போலிருக்குதே. என்னமோ யார் கண்டது? சும்மா ஏன் சமுசயப் படவேணும்?" என்றாள் ராமாயி.

சின்னப்பன் அவளையே கொஞ்சநேரம் உற்றுப்பார்த்தான். பின்பு, "குழந்தையை எடுத்துப் போயி உள்ளே படுக்க வை" என்று கூறிவிட்டு 'விர்'ரென்று எழுந்து வெளியே போனான்.

"எங்கேயாவது ரவிசு ரச்சைக்குப் போகாதீங்க" என்று சொல்லியபடியே அவள் ஸ்தம்பித்து நின்றாள்.

○

அத்தியாயம் 10

செல்லக்காள் ஏனோ சில நாளாக ராமாயி வீட்டுப் பக்கம் வருவது இல்லை. முன்பெல்லாம் இரண்டு நாளைக்குச் சேர்ந்தாற்போல் வராமல் இருக்கமாட்டாள். இங்கே வந்து எங்கெங்கே என்ன நடக்கிறதோ அதையெல்லாம் விஸ்தாரமாகப் பேசுவாள். அவள் ரொம்பவும் ராமாயிக்கு நம்பிக்கையுள்ளவள். இங்கே பேசுவதை வேறு எங்கும் சொல்லமாட்டாள். அதனால் இவர்களுக்குள் எப்பொழுதும் மனஸ்தாபம் வருவதற்கிடமில்லை. ராமாயிக்குச் சில சமயம் ஆறுதல் சொல்லவே இங்கு வருவாள். அதோடு சில விசேஷ நாட்களில் ராமாயி பண்ணும் பலகாரங்களை ருசி பார்க்கவும், சாதாரண நாட்களிலும் குழம்பு, பொரியல் தினுசுகளுக்கு உப்பு காரம் சொல்லவும் வரத் தவறமாட்டாள். செல்லக்காள் வீடு தென்புறம் அடுத்ததுதான்; ஒரே ஒரு சுவர். அதுவும் கொஞ்சம் இடிந்த குட்டிச் சுவர்தான், இவர்களிருவருக்கும் மத்திய பாலம். அநேகமாக அந்த மதில் ஓரத்தில் நின்றுகொண்டுதான் இருவரும் பேசுவார்கள். பக்கத்து நடைக் கதவைத் திறந்து கொண்டு அந்தப்புறம் போவதில் சலிப்பு ஏற்படும்போது ராமாயி இந்த முறையைக் கையாள்வாள். செல்லக்காளும் தன் வீட்டுக் கொல்லைப்புறத்தில் நின்றுகொண்டே, “உனக்கு பல ஜோலியிருக்கும், வரமுடியாது. எனக்கும் வேலை தலைக்குமேலிருக்கிறது” என்று சொல்லிக்கொண்டே மணிக்கணக்காகப் பேசுவாள். இப்படிப்பட்ட அருமையான சிநேகிதியைக் காணாவிட்டால் யாராயிருந்தாலும் என்ன சங்கதி என்று தெரிய முயற்சி செய்வார்களல்லவா?

ஒருநாள் ராமாயி இலை கொண்டுவந்து போடும் ஆண்டிப் பையனைக் கேட்டுப் பார்த்தாள்.

அவன், “என்னமோ தெரியலீங்க. ஆனா, அவுங்க மகள் ஊரிலிருந்து வந்திருக்காங்க. மகளுக்குத்தான் ஒண்ணு இல்லாட்டி

ஒண்ணு உடம்புக்கு வந்திருமே! உங்களுக்குத் தெரிஞ்சது தானே'' என்றான்.

இந்தப் பேச்சிலிருந்து செல்லக்காள் ஏன் வரவில்லை யென்று சுத்தமாகத் தெரியாவிட்டாலும், மகள் நோயுற்றிருக் கிறாள் என்றால் தாயார் வேண்டிய சிசுருஷை செய்து கொண்டிருப்பாளல்லவா? அதனால் வர நேரமில்லை என்ற அர்த்தம் கலந்திருந்தது. இதையெல்லாம் யோசித்து அறிந்து கொள்ள வேண்டியதுதான். ஆனால் அவர்களுக்கு இது ரொம்ப சுலபம். இன்னும் நெரடாகச் சொன்னாலும் தெரிந்துகொள் வார்கள். ஊரில் உள்ள பண்டாரங்கள் மாத்திரம் அல்ல; மற்ற சாதிகளும் எதிலும் கவுண்டர்களிடம் பிடிகொடுத்து விடுகிற மாதிரி பேசிச் சிக்கிக்கொள்ள மாட்டார்கள். வெட்டு ஒன்று துண்டு இரண்டாக இருக்காது அவர்கள் பேச்சு. ரொம்ப ரொம்ப சாதுரியமாகப் பதில் சொல்லுவதிலும், தனுக்காக நடந்துகொள்வதிலும் கைதேர்ந்தவர்கள். இவர்கள் கூடிக் கொட்டம் அடிக்கும்போது பார்க்க வேண்டும் அந்த வேடிக்கையை!

ராமாயி ஒரு நாள் மதில்புறம் போய் எட்டிப் பார்த்தாள். அங்கு பின்புறத்தில் ஒரு கட்டில் போடப்பட்டு பாயும் விரித்திருந்தது. தலையணை காலுக்கு ஒன்று தலைக்கு ஒன்று – இன்னும் ஒன்று எச்சாக இருப்பதிலிருந்து, செல்லக் காளின் மகளே தன் படுக்கையையும் ஊரிலிருந்து தயாராகக் கொண்டுவந்துவிட்டாளென்பதை விளக்கிற்று. அதே சமயம் செல்லக்காள் தன் மகளை உள்ளேயிருந்து கூட்டி வந்து கட்டிலில் படுக்கவைத்தாள். "ஏக்கா, உடம்புக்கு எப்படி யிருக்குது? எனக்கு இத்தனை நாளா தெரியாது போ'' என்றாள் ராமாயி.

செல்லக்காள் தலையை நிமிர்ந்து பார்த்து, "ஐயோ, நீயா ஆயா! ஆரோன்னு இருந்தேன்; ஆமாத்தா, இந்தப் பாழு முண்டை காச்சல்தான் இருபது நாளா கனலா காயுது'' என்று வாய்மேல் கையை வைத்தாள்.

"உம்! என்னத்தைப் பண்ணிப்போடுது? எதாச்சும் மருந்து கொடுக்கறீங்களா?'' என்றாள் ராமாயி.

"ஆமாம். கொடுத்துக்கிட்டுத்தான் வருது. என்ன பண்றது? இதை விட்டு வரத் துளிக்கூட நேரமில்லெ. இங்கேயே காத்துக்கிட்டுக் கிடக்கிறேன். அதுதான் உங்க வளவுப் பக்கம் கூட எட்டிப்பாக்க முடியலெ''

"அதனாலே என்ன. இது நல்லானாப் போதும்'' என்று அங்கலாய்த்தாள் ராமாயி.

ஆனால் அவள் மனதிற்குள், 'ஐயோ பாவம் இது எங்கே நன்றாகப் போகிறது' என்று நினைத்துக்கொண்டாள்.

செல்லக்காள் மகளுடைய சமாச்சாரம் குழந்தையிலிருந்தே ஒரே மாதிரியாகத்தான் இருந்து வருகிறது. சதா நோய்வாய்ப் படுவதே அவள் தொழிலாய்விட்டது. அவள் ரத்தத்திலே அணு அணுவாய் நோய்க் கிருமிகள் கலந்து தேகம் பூராவும் வியாபித்துவிட்டதால் கஷாயமும், பத்தியமும், அதுவும் இதுவும், எதுவுமே அவளைக் குணப்படுத்துவதாய்க் காணோம். அவள் கலியாணம் செய்துகொண்டு ஒரு சுகத்தையும் காணவில்லை! ஒரு காடு, தோட்டம், பருத்தி பம்பலுக்குப் போய் நாலோடே ஒன்றாய்த் திரிந்து, வேலை வெட்டியிலே கெட்டிக்காரியா யிருந்தால்தான் கட்டினவனுக்கும் சந்தோஷமாயிருக்கும். புகுந்த இடத்திலும் போற்றுவார்கள். இந்த நோக்காட்டுச் சீவனைக் கண்டால் யாருக்குத்தான் பிடிக்கும்? அதற்குத்தான் பத்திலே, பதினைந்திலே தாய் வீட்டிற்கே வந்துவிடுவது. செல்லக்காள் சொல்வதுபோல, "அவள் தலையிலே இதை யெல்லாம் காண எழுதியிருக்கிறதாக்கும்."

"கால் வலிக்குமே என்னேரம் நிண்ணபடியிருப்பாய்? எனக்குத்தான் வரமுடியல்லெ. போகுது, இதென்ன ராமாயி ஊருக்குள்ளே 'கசமுசன்னு' பேசிக்கிறாங்களே, நிசம்தானா?"

"என்ன அது?"

"அது என்னன்னு சொல்றது போ, அந்த மானங்கெட்ட பேச்சை!" என்று செல்லக்காள் நிறுத்தினாள்.

ராமாயிக்கு உள்ளுக்குள் வருத்தமும், கோபமும் பொங்கிக் கொண்டு வந்ததானாலும், "என்ன அக்கா வாயை உட்டுச் சொன்னாத் தெரியுமா? சொல்லாது போனால்தான் போ" என்று அந்தப் பேச்சை அப்படியே மறைக்கப் பார்த்தாள்.

"நாம் இருந்திடலாம்; ஆனா உலை வாயை மூடினாலும் ஊர் வாயை மூட முடியுமா?" என்று இவள் உள் கருத்தை அறிந்தவள்போலச் செல்லக்காள் பேசினாள்.

"என்னமோ நீ பேசறது மூடு மந்திரமாயிருக்குது. சரி; நேரமாச்சு. மாட்டுக்குத் தண்ணி வைக்கோணும்" என்று கிளம்பினாள்.

"என்ன இருந்தாலும் நாகம்மாள் இப்படியா கெட்டுத் திரிவா!" என்று செல்லக்காள் பேசி முடிப்பதற்குள், "எம் பேச்சை யாராச்சும் எடுத்தால் கையிலிருப்பதுதான் கிடைக்கும்" என்று சொல்லிக்கொண்டே நாகம்மாள் அங்கு

ஆர். ஷண்முகசுந்தரம்

வந்தாள். திடுக்கிட்டுத் திரும்பிப் பார்த்த ராமாயி நடுங்கிப் போனாள். அப்போது நாகம்மாளுடைய கையில் விளக்குமாறு வைத்திருந்தாளாகையால் அந்தப் பேச்சு அப்படியே அடங்கிவிட்ட தென்பதையும், செல்லக்காள் இழுக்குப் பொடுக்கெனப் பேசவில்லையென்பதையும் தெரிவிப்பதே போதுமானது.

O

அத்தியாயம் 11

இந்தச் சம்பவம் நடந்த சில தினங்கள்வரை குடும்பம் எவ்வித ஆட்ட அசைவுமின்றிச் சென்றுகொண்டிருந்தது. சிலசில சமயங்களில் புயல் கிளம்புவதற்கு அறிகுறி தோன்றும். ஆனால் அதற்குக் காரணபூதமான சண்டமாருதமே நிறுத்திக் கொள்ளும். நாகம்மாளின் இந்த வேகத் தணிவைக் கண்ட சின்னப்பன், 'ஒருவேளை நல்ல புத்தி வந்துவிட்டதாக்கும்' என்று ஆறுதலடைந்தான்.

இதற்கிடையில் சோளக்காடு அறுவடை வந்து சேரவே ஊரிலும் இப்பேச்சு சற்று மட்டுப்பட்டது. காலையில் எழுந்தி ருந்ததும் எழுந்திராததுமாய் காக்கை, குருவிபோல் தோட்டங் காட்டை நோக்கி ஓடிக்கொண்டிருக்கும்போது, வீண் பேச்சுப் பேச நேரம் ஏது? தவிர, கதிர் கொய்யும்போது நான் முந்தி, நீ முந்தி என்று அவளவள் காரியமாயிருக்கையில் இந்த அத்துவானச் சங்கதியிலா பொழுதைப் போக்குவார்கள்?

நல்ல வேளையாக சின்னப்பன் காரியத்தில் கண்ணா யிருந்ததால் சோளக்காடு ஊருக்கு முந்தி போரடித்து தவசம் கூட மூட்டை ஏறிவிட்டது. இனி பருத்தி வெடிதான் பாக்கி.

ஒருநாள் காலை ராமாயி அடுப்படியிலே வேலை ரொம்ப முசுவாகச் செய்தவண்ணமிருந்தாள். நாகம்மாள் தயிரைக் கடைந்து, மத்து, சட்டி பானைகளையெல்லாம் சீராகக் கழுவி வைத்துவிட்டு அடுக்குச் சந்தில் துணிமணிகளைப் புரட்டிக் கொண்டிருந்தாள். கூடையைத் தூக்கி வைப்பதையும், குண்ணாவை நகர்த்துவதையும், உறிச் சட்டியைத் துளாவு வதையும் பார்த்தால் அன்றைக்கு வேலைகள் வெகு வேக மாகப் போய்க்கொண்டிருப்பது தெரியும். "முத்து, கடுகை எடுத்துத் தரச்சொல்லி வாங்கியா, கண்ணு" என்று ராமாயி சொன்னாள். நாகம்மாள் தானே கடுகுச் சொப்பை எடுத்துக்

கொண்டு எண்ணெயும் மொண்டு போனாள். "கத்திரிக்காய் இன்னும் அரியலையா?" என்று நாகம்மாள் கேட்டாள்.

"இல்லையக்கா இதோ அரிந்து வைக்கிறேன்."

"இல்லை ஆயா; இந்தா, நீ கொஞ்சம் சாணியைப் போட்டு அந்தச் சின்ன வீட்டை மாத்திரம் வழிச்சிரு. இண்ணைக்கு வெள்ளிக்கிழமையல்ல; நான் பூரா பாத்துக்கிறேன்" என்றாள் நாகம்மாள். அப்புறம், "சும்மா ரண்டு சொம்பு தண்ணியாலேயே மெழுகிவிட்டு கண்மூடி விழிப்பதற்குள்ளே வாயா. பருத்திக் காட்டுக்கு முன்னாலேயே போயிடலாம். தோட்டம் போகிறபோது சொல்லீட்டுப் போனாங்க" என்றாள்.

ராமாயிக்கு ஒருபுறம் சந்தோஷம். இந்தமாதிரி தன்னிடம் சந்தோஷமாக நாகம்மாள் பேசி எவ்வளவோ நாட்கள் ஆகிவிட்டன. கல்யாணமான பத்தடியில் எவ்வளவோ கொஞ்சிக் குலாவி அன்பாக ஆதரவாகப் பேசியிருக்கிறாள். அதற்குப் பிறகு, அதுவும் சமீப காலத்தில் வீட்டில் ஒரே சண்டையும் சச்சரவும்தான். பழையபடி இன்று அந்தச் சிரித்த முகத்துடன், மிருது வசனத்தைக் கேட்க அவளுக்கு ஆனந்தம் தாங்க முடியவில்லை. இதிலிருந்து நாகம்மாள் எப்போதும் கடுகடுத் தவளாக இருக்கவில்லையென்பதும், விதரணை தெரிந்தவள் தான் என்பதும் விளங்கும். பொதுவாக எல்லோர் உள்ளத்திலும் இனிமையும், இளக்கமும், கனிவும், காதலும் பொங்கித் தான் நிற்கிறது. சந்தர்ப்ப பேதங்களினால் சிலர் வேண்டுமென்றே ஹிருதயத்தைக் கல்லாக்கிக்கொண்டு விடுகிறார்கள்.

இன்று நாகம்மாள் காட்டும் நயப்பெருக்கு வேறொரு காரணத்தைப் பற்றியது. அது பின்னால் தெரியும். பாம்புக் குட்டி புரண்டு விழுந்து விளையாட வந்தாலும், கொத்து வதைத் தவிர வேறு எதற்காக இருக்க முடியும்?

நாகம்மாளும் ராமாயியும் பருத்திக் காட்டிற்கு வந்து சேர்ந்தபோது மற்ற பெண்களும் தயாராகக் காத்துக் கொண்டிருந்தார்கள். அந்தப் பெண்களில் முக்கால்வாசிக்கு மேல் இள வயதுடையவர்கள்தான். அவர்கள் புடவைத் தலைப்பை எடுத்து இடுப்பைச்சுற்றி மடி கூட்டியிருந்தார்கள். கரண்டைக் காலுக்குமேல் தூக்கி, கொசுவம் வைத்திருந்த கொரநாட்டுச் சேலையுடன் நடு நெற்றியில் வாகு எடுத்துச் சிலர் கொண்டை போட்டிருந்தார்கள். இன்னும் சிலர் ஈரக்கூந்தலை உலர்த்துவதற்காகக் கோடாலி முடிச்சுப் போட்டிருந்தார்கள். அவர்களது மினுமினுப்பான உடம்பையும், கரங்களின் உறுதியையும் பார்க்கப் பார்க்க இன்னும் பார்த்துக்கொண்டே இருக்கலாமெனத் தோன்றும். இளமை

பூத்து நிற்கும் அங்க வனப்பை, அள்ளி எறிவதைப்போல, சும்மா ஒரு குலுங்குக் குலுங்கி குனிந்து பருத்தி எடுக்கும் போதும், நிமிர்ந்து கம்பீரமாக ஒருவரையொருவர் பார்க்கும் போதும், கலகலவென்று அவர்கள் பேசும்போதும், சிரிக்கும் போதும், திரும்பும்போதும், கால் மிஞ்சிகள் ஒலிக்க நடக்கும் போதும், செடிகளை ஒதுக்கிவிட்டு அவர்கள் முன்னோக்கிச் செல்லும்போதும், அவர்களுடைய ஒவ்வோர் அசைவிலும் மனதை மகிழ்விக்கும் மாயம் ததும்பி நின்றது! இவர்களெல்லாம் சின்னப்பன் காட்டிற்கு மாற்றுக்கு மாற்று – அதாவது இன்று இவர்கள் காட்டிற்கு வந்தால் நாளைக்கு அவர்கள் காட்டிற்கு இவர்கள் போவது – என்ற கணக்கில் வந்திருந்தாலும் சொந்த விஷயம்போல அவ்வளவு கண்ணும் கருத்துமாய் காரியத்தில் கவனம் செலுத்தினர். பத்துப் பேர் முன்னுக்குப் பாத்தி தாண்டிப் போகும்போது, ஒருத்தி தளுங்கிவிட்டால் சிரிக்க மாட்டார்களா? 'இவ்வளவுதானே' என்று கேலிக்கு இடமாகி விடுமே! எந்த ரோசக்காரிதான் 'அத்துவானம்' என்ற பட்டத்தைச் சுமக்கச் சம்மதிப்பாள்?

இப்படி இளமான்கள்போல் அவர்கள் செடிகளுக் கிடையே துரிசாகப் போய்க்கொண்டிருக்கையில் நாகம்மாள் என்ன செய்கிறாள் என்பதைக் கவனிப்போம். அவள் இரண்டு பாத்தி எல்லோருடனும் சரியாகப் போவாள். பின்பு தங்கிக்கொள்வாள். அப்புறம் பருத்தி எடுக்க ஆரம்பிப்பாள். ரொம்ப களைப்படைந்தவள்போல் உட்கார்ந்து கொள்வாள். இவளது தளர்வைக் கண்டு பக்கத்தில் வருவோர் சலித்துப் போய்விட்டாளென்று நினைக்கவில்லை. ஏனென்றால் நாகம்மாளை மிஞ்சி யாரும் ஒரு அடி எடுத்துவைக்க முடியாது. இது மட்டுமல்ல, எந்த வேலையிலும் கெட்டிக்காரிதான். ஆனால் இன்று என்ன வந்துவிட்டது?

"என்ன நாகம்மா காலில் ஏதாவது கட்டை பட்டு விட்டதா?" என்றாள் கூட நின்ற பெரியவள்.

ஒருத்தி, "அக்கா, அக்கா இந்த துணியை நனச்சுச் சுத்து" என்று சிகிச்சைக்கு உதவ முன்வந்தாள். க்ஷண நேரத்தில் காடே இவள் பக்கம் திரும்பிவிட்டது. "நாகம்மாளுக்கு என்ன? நாகம்மாளுக்கு என்ன?" என்ற குரல்களுக்கு எதிரொலிக்கு எதிரொலி கிளம்பியது. இதற்குள் ராமாயி ஓட்ட ஓட்டமாக ஓடிவந்து, "என்ன அக்கா எப்படி இருக்குது? தண்ணி குடிக்கிறயா?" என்று பதட்டத்துடன் கேட்டாள்.

நாகம்மாள் ஒன்றையும் கவனியாதவள்போல, "எப்படியோ வெடுவெடுப்பாய் வருது" என்றாள். காட்டு வேலை செய்கிற வர்களுக்கெல்லாம் சாதாரணமாக 'வெடுவெடு'ப்புத்தான்

வருவது வழக்கம். அப்படிச் சொன்னால்தான் உடனே பக்கத்திலிருப்பவர்கள், "அப்படியானால் ஏறு வெயிலில் நிற்கக் கூடாது. நிழலுக்குப் போய் உட்கார்ந்து கொள்" என்பார்கள். இந்த வெடுவெடுப்பிலே, மயக்கம் – தலைச்சுற்றல் – வாந்தி – கண்ணடைப்பு எல்லாம் அடங்கியிருக்கிறதென்றால் அவ் வியாதியைப் பற்றி நாம் அதிகமாகச் சொல்லத் தேவையில்லை. இதற்குள் ஒரு பெண் ஒரு சொப்புத் தண்ணீருடன் ஓடி வந்தாள். ராமாயி அதை வாங்கி, "இந்தாக்கா குடி. வாந்தி வாராப் போலிருக்குதா?" என்றாள் துக்கமாக.

இன்னும் பல குரல்கள் அதே தொனியில் சற்று ஏற்றியும் இறக்கியும் கேட்டார்கள். நாகம்மாளின் பதில் மௌனம் என்பதைச் சொல்லாமல் விட்டுவிடுவதே மேல். ஆனால் இந்த நடிப்புக்குப் பிறகு என்ன நடிந்தது என்பதையும் பார்ப்போம்.

நாகம்மாள் ஒரு வாய் தண்ணீரைக் குடித்துவிட்டு, "போதும் போதும், சற்று தேவலாம். நீயே சகலத்தையும் பார்த்துக் கொண்டு வந்து சேரு. முத்தாயா செடி கொடிகளுக்குள்ளே போகப் போறாள். கவனமாகப் பார்த்துக்கொள்ளு. நான் ஊட்டுக்குப் போறேன்" என்று ராமாயிடம் கூறிவிட்டுக் கிளம் பினாள். தோட்டத்தைத் தாண்டி அவர்கள் கண்ணுக்கு மறைந்ததும், நாகம்மாளுக்கு இந்த ஓட்ட நடை எங்கிருந்து வந்ததென்று கேட்காதீர்கள்!

○

அத்தியாயம் 12

நாகம்மாள் நேராக வீட்டிற்கு வந்ததும் தாவாரத்தில் சொருகியிருந்த சாவியை எடுத்து மளமளவென்று பூட்டைத் திறந்து உள்ளே போனாள். உடனே அடுக்குச் சந்தருகே எதையோ எடுக்கப் போனவள் அருகிலிருந்த கண்ணாடிச் சுவற்றின்மேல் கைவைத்தாள். அவள் கை பட்ட வேகத்தில் அங்கிருந்த மயிர்கோதி சொத்தென ஒரு மண் பானைமேல் விழுந்தது. அந்தப் பானை உடைந்ததா தூர் விட்டதா என்பதைக் கூட அவள் கவனிக்கவில்லை. ஒரு பானைக்குள் கையை விட்டு என்னவோ துணியில் சுற்றியிருந்த முடிச்சை எடுத்துக் கொண்டு கதவைக்கூடச் சரியாகச் சாத்தாமல் ஆற்றங்கரைப் பக்கம் நடந்தாள். கீழே மண் வெகு வேகமாகச் சூடேறிக் கொண்டிருந்தது. சுற்றுப்புறமெங்கும் ஒரே மௌனம், நிசப்தம். ஒரு வீட்டிலும் துளிகூடச் சத்தம் கிடையாது. திண்ணையில் படுத்திருக்கும் இரண்டொரு கிழவர்கள் இருமுவதுதான் லேசாகக் கேட்டுக்கொண்டிருந்தது. நேரம் தப்பிக் கூவும் சேவல்களைத் தவிர அப்போது அரவம் செய்ய யாருமில்லை. சின்னஞ் சிறுசுகளும் தங்கள் தாயாரின் பின்னாலேயே காடுகளுக்கு ஓடிப் போயிருந்தன. நாகம்மாள் ஆற்றுக்குப் போகும் பாதையை விட்டு மேட்டில் ஏறி நடந்தாள். காலில் செருப்பில்லாததால் அவ்வப்போது முட்கள் குத்தும் போது நிற்க வேண்டியிருந்தது. இச்சிறு தாமதத்தையும் பொறுக்காது அவள் முகத்தைச் சுளிப்பதிலிருந்தும், மேலெல்லாம் வியர்வை வழிவதிலிருந்தும், அவளுடைய பாய்ச்சல் நடையிலிருந்தும், ஏதோ முக்கியமான காரியமாகத்தான் போகிறாளென்பது விளங்கும். ஆனால் பருத்திக் காட்டில் வெடுவெடுப்பென்று வேஷம் போடுவானேன்? இப்போது எங்கே போகிறாள்? வீட்டிலிருந்து எடுத்துச் செல்வதென்ன? என்ற கேள்விகளுக்கு ஒரேயடியாகப் பதில் சொல்வதென்பதும் சிரமம். ஆனால் உச்சி வேளையில் 'மடுவுத்தோப்பு'க்குப் போகிறாள் என்பதை

யும் அதுவும் கெட்டியப்பனைக் காணத்தான் என்பதையும் தெரிவித்துவிடுகிறோம்.

மடுவுத்தோப்பு என்ற பெயரைக் கேட்டவுடனே அந்தப் பக்கத்திலுள்ள பெரியவர்களும் “அப்பாடா” என்று வாய்மேல் கைவைப்பார்கள். வாசக நேயர்களுக்காக அந்த இடத்தைப் பற்றிச் சிறிது வர்ணிக்க வேண்டியிருக்கிறது.

ஆற்றுக்கப்பால் வெங்கக்கற் காடு; வெகு தூரத்துக்குப் பயிர், பச்சை சாகுபடிக்கே லாயக்கற்று நீண்டு கிடக்கிறது. அதற்கப்புறம் ஊசிப் புல் என்ற ஒருவகைப் புல் படர்ந் திருக்கிறது. சாதாரணமாக அங்கெல்லாம் மழைக் காலத்தில் புல் இன்னும் அடர்த்தியாகத் தளிர்த்து நிற்கும். அப்புற் காட்டிலே மாடு கன்றுகளை மேயவிடுவது வழக்கம். அக்காட்டிற்கு அப்பால் கொஞ்ச தூரத்தில் ஒரு அடர்ந்த சோலை. பல ஜாதி மரங்கள் ஒன்றோடொன்று இணைந்து நீண்டு வளர்ந் திருக்கும். அந்த இடம் சதா இருண்டிருக்கும். ஒரு புறம் ஆறு; மறு புறத்தில் விஸ்தாரமான மேட்டங்காடு. எதிராகப் பின் இரு புறங்களிலும் சிறு சிறு குன்றுகள். இப்படியாக அந்த மடுவுத்தோப்பு மனிதப் போக்குவரத்துக்கே அதிகம் உபயோகப்படாத நிர்மானுஷ்யமான பூமியாக இருந்துவந்தது. யாராவது தப்பித் தவறி பண்டம் பாடிகளை விட்ட சிறுவர்கள்கூட உள்ளே செல்ல அஞ்சுவார்கள். இல்லாத பொல்லாத மிருகங்களெல்லாம் அங்கு உலாவுவதாகக் கதைகள் உண்டு. இன்னொரு முக்கியமான பயம் அங்கு என்னவென்றால் கரைக்கு எதிர்ப்புறத்திலுள்ள சுடுகாட்டுப் பேய்களெல்லாம் வாசம் செய்வது அந்த இடத்தில்தான் என்று. ஆனால், கெட்டியப்பன் போன்றவர்கள் இதையெல்லாம் தூசிபோல ஊதிவிட்டு ‘நெறு நெறு’ என்று உள்ளே நுழை வார்கள். அப்படி தைரியமாக நுழையாவிட்டால் அந்த இருண்ட பிரதேசத்தில் அவ்வளவு அடுப்புக் கற்களும், சட்டிகளும் எலும்புகளும் ஏது? ஒரு பட்டியிலே ஆடு திருட்டுப் போய் விட்டதென்றாலோ, வீட்டிலிருந்து கோழி களவு போய்விட்ட தென்றாலோ, இன்னும் அரசாணிக்காய், வாழைக்காய் அது, இது எல்லாம் காணாமல்போன அடுத்த நாள் நிச்சயம் இந்த இடத்தில் ஏதாவது அடையாளம் இல்லாமல் போகாது.

நாகம்மாள் அங்குதான் இப்போது முக்காட்டை எடுக்காமல் மும்முரமாகப போய்க்கொண்டிருந்தாள். காட்டு யானையே எதிரில் வந்திருந்தாலும் நிறுத்தமுடியாத அவளைப் பக்கத்தூர் உபாத்தியாயர் நிறுத்திவிட்டதுதான் ஆச்சரியம். ஆனால் பலத்தில் யானையைத் தோற்கடிக்க முடியாவிட்டாலும், அப்புலவர் பெருமான் இரண்டு யானைக்கு ஒரே சமயத்தில்

குழி வெட்டக்கூடிய அவ்வளவு சமர்த்தர். "வாத்தியாரே அவசரமாகப் போறேன்" என்று நாகம்மாள் நகர்ந்தாள்.

"ரொம்ப அவசரமா?"

"ஆமாம், ஆமாம்" என்று கூறிக்கொண்டே நிற்காது போனாள்.

"ஒரு பேச்சு" என்று கொஞ்சும் குரலில் பின்தொடர்ந்தார்.

"இல்லை வாத்தியாரே வெகு அவசரம்"

"நானும் ரண்டு வார்த்தையில் முடித்துடறேன். ஒரு நாலு வள்ளம் கம்பு வேணும். ஆனால் யாரிருந்தாலும் நம்ம வளவிலே சொல்லவேணுமா? அதென்னமோ நான் புறப்பட்ட வேளை, கும்பிடப் போன சாமி குறுக்கே வந்ததுபோல" என்று அடுக்கிக்கொண்டே ஓடிவந்தார் புலவனார்.

அந்தச் சமயத்தில் நாலு வள்ளமல்ல, நாற்பது வள்ளம் கேட்டிருந்தால்கூட நாகம்மாள் கொடுப்பதாக வாக்களித் திருப்பாள். ஏனென்றால் அவ்வளவு அவசரத்திலிருந்தாள் அவள்.

"அதற்கென்ன காலையில் வந்து வாங்கிக்கொள்ளுங்கள்" என்று அவரை வழியனுப்பினாள். பின்னர் மேட்டிலிருந்து இறங்கி ஆற்று மணலில் அடி எடுத்து வைத்தாள்.

○

ஆர். ஷண்முகசுந்தரம்

அத்தியாயம் 13

ஆற்றில் பாதத்தளவு ஜலம் 'குரு குரு' வென ஓடிக் கொண்டிருந்தது. சில இடங்களில் பாறையோரங்களில் முழங்காலளவு ஜலம்கூட நின்றிருந்தது. அங்கெல்லாம் ஆற்று நீரில் சின்னஞ்சிறு மீன்கள் துள்ளி விழுந்துகொண் டிருந்தன. அவைகளைச் சமயம் பார்த்து அடித்துக்கொண்டு போவதற்கு இரண்டொரு கொக்குகளும், வேறு சில பட்சி களும் கரையோரத்தில் உட்கார்ந்திருந்தன. நாகம்மாள் அக்கம் பக்கம் பார்த்துக்கொண்டே தோப்பினுள் அடியெடுத்து வைத்தாள். அவள் இப்போது போய்க்கொண்டிருக்கும் இடம் சற்று வழுக்கலானது. ஆற்றங்கரை மேட்டிலிருந்து நீர்வரை பெரும் பாறை பாசி பூத்து புல்லும், பூண்டும் சூழ்ந்திருந்தது. அங்கே ஜாக்கிரதையாகத்தான் காலடி எடுத்து வைக்க வேண்டும். கொஞ்சம் தவறினாலும் முழங்கால் உடைந்துவிடும். நாகம்மா ளுக்குச் சொல்ல வேண்டுமா? காந்தப் பூமியை இரும்பு பற்றியிருப்பது போலல்லவா அவள் பாதங்கள் ஒட்டிப் போகின்றன! க்ஷணத்தில் பாறை தாண்டி மேலே நடந்தாள்.

இனித்தான் வெளிச்சத்திலிருந்து இருட்டிற்கு வந்த தடுமாற்றம் ஏற்படும். ஆனால் பழக்கமானவர்களுக்கு இது ஒரு பொருட்டேயல்ல. நாகம்மாளின் வீச்சு நடையிலிருந்து இதற்கு முன்னும் அவள் இங்கு வந்து பழகியிருக்கிறாள் என்று தெரிகிறது. அப்போது நல்ல மத்தியான வேளைக்குக் கிட்டத்தட்ட ஆகிவிட்டதென்றாலும் அங்கு 'கருகும்'மெனவே இருந்தது. அவ்விடத்தில் ஒரு மனிதன் அல்ல, மலையே இருந்தாலும் வெளியில் உள்ளவர்கள் பார்த்துத் தெரிந்து கொள்ள முடியாது. நாகம்மாள் நேராகப் போய்க்கொண்டிருந்த பெரிய வழியை விட்டு குறுக்கு வழியாக ஒரு சந்திற்குள் புகுந்தாள். சிறிது தூரத்தில் ஒரு சம சதுரமான இடத்திற்கு வந்தாள். மறைவான அவ்விடத்தில் ஒரு சிறு மைதானம் பூசி வழித்த களம்போல அவ்வளவு சுத்தமாக எப்படியிருக்கிற

தென்ற சந்தேகம் எழலாம். இந்த இடம் இரண்டொரு வருஷத்திற்கு முன்பெல்லாம் ஒரு காரியத்துக்காக உபயோகிக்கப் பட்டு வந்தது. ஆனால் போலீசாரின் ஒரு நாளைய பிரவேசத் தால் சட்டி முட்டிகளும், வேலாம் பட்டைகளும், மூங்கில் குழாய்களும் இன்னும் கட்டுப்பானை சாராயம் காய்ச்சு வதற்கு வேண்டிய உபகரணங்களும் கைப்பற்றப்பட்டன. பின்பு அந்த இடத்திற்கு அவ்வளவாகப் போக்குவரவில்லை. தன்னுடைய உல்லாச நண்பர்களை இழந்துவிட்டதனாலோ என்னவோ அந்த இடமும் வர வர சோபை இழந்து வருகிறது.

அம்மைதானத்தைத் தாண்டி சிறிது தூரத்தில் இரண்டு நாகமரம் கிட்டக் கிட்ட முட்டிக்கொண்டிருக்கின்றன. அங்கு வந்தவுடன் நாகம்மாள் தன் வீச்சு நடையை நிறுத்திவிட்டு மரத்தடியில் உட்கார்ந்தாள். அதே சமயம் "வந்துட்டாயா?" என்ற குரல் எங்கிருந்தோ வந்தது.

என்ன இது? இந்தத் தனியிடத்தில் யார் இப்படி அழைப்பது? பேயா? பிசாசா, காட்டேறியா அல்லது வனதேவதைதானோ என்ற சந்தேகம் வேண்டாம். இதோ அந்தக் குரலுக்குச் சொந்தக்காரனான கெட்டியப்பனே கீழே இறங்கி வருகிறான்.

"நான் வெகுநேரமாப் பாத்துக்கிட்டிருந்தேனே? ஏன் இவ்வளவு நேரம்? தடத்திலே யாருடனோ நின்று பேசிக் கிட்டிருந்தாயே, யார் அது?" என்று கெட்டியப்பன் கேட்டான்.

"என்ன, இங்கிருந்து தெரியிதா?"

"ஆமாம் உச்சாணிக்கிளையிலிருந்து பாத்தேன். சற்று மங்கலாத் தெரிஞ்சுது."

"உன் தீரமே தீரம்" என்று வியந்துகொண்டே நாகம்மாள், "வெளியில் தலைகாட்ட முடியலை" என்றாள்.

"ஏன் அப்படி"

"என்னத்தைச் சொல்றது? நான் இந்தப் பத்து இருபது நாளாய் வாய் திறப்பதில்லை. பேசாமல் என்ன நடக்குதென சோதித்துப் பாத்தேன். பேச்சு அப்படியே தணிகிறது."

"நீ சொல்றது ஒண்ணுமே தெரியல்லையே!" என்றான் கெட்டியப்பன்.

"இதுக்கு ஒரு வழி சொல்லு. இனி, என்னாலே அவர் களோடு சேந்து வாழமுடியாது. அவனும் அவன் பெண் டாட்டியும் எக்கேடோ கெட்டுப்போகட்டும். அதைப் பத்தி

ஆர். ஷண்முகசுந்தரம்

துளியும் எனக்கு அக்கரையில்லை. நான் பிரிஞ்சு வந்தாலே போதும்.''

"நானும் அதைத்தானே சொல்லீட்டிருக்கிறேன்" என்றான் கெட்டியப்பன்.

"ஆமாம், இன்னும் எத்தனை நாளைக்குப் பேசாமலே இருப்பது?''

"ஏன், நீ சொல்லலல்லையா? நேரடியாச் சொல்றதுதானே? தெரிஞ்சு போகுது.''

"எப்படி சொல்றதிண்ணுதான் எனக்கு கஷ்டமாயிருக்குது ஏனோ, சொல்லாமலே உட்டு உடலாமிண்ணுகூடப் பாக்கிறேன்."

"சே, சே, அதுக்குத்தானா இமுட்டுக் கூடிக் கூடிப் பேசியது. கடைசியிலே இப்படிச் சொல்வாய்ன்னு தெரிஞ்சிருந்தா, நான் முன்னுக்கு வந்திருக்கவே மாட்டேனே!'' என்று சலிப் போடு கூறினான் கெட்டியப்பன்.

"நீ அப்படியெல்லாம் என்னை நினைக்காதே. நான் கேட்டுடுறேன் அங்கேயே.''

" 'அங்கே' என்றால் எங்கே, சின்னப்பனிடம்தானே?'' என்று அவன் அவசரமாகக் கேட்டான்.

"ஆமாம்'' என்று நாகம்மாள் தலையசைத்தாள்.

"சரிதான், முதலில் என்னவோ சொன்னயே, அது என்ன? யார் என்ன சொல்றாங்க?''

"யாரா? காலுக்கு வராத சில்லறையெல்லாம்தான், அந்த வெட்டிப் பேச்சு பேசுது. நான் பாகத்தைப் பிரிக்கச் சொன்னால் முடியாதிண்ணு சொன்னால் என்ன செய்யறது?''

"என்ன செய்யறதா? அப்பறம் சின்னப்பன் ஏத்துப் பூட்டி யிடுவானா? தண்ணி காடு பாய்ந்திடுமா? அவன்தான் தோட்டத்திற்குள் கால் எடுத்து வைச்சுற முடியுமா?'' என்று கோபமாகக் கேட்டான் கெட்டியப்பன்.

"இதெல்லாம் வம்புதானே?''

"இதில் வம்பு கிம்பு ஒண்ணுமில்லே. அவன் ஒழுங்கா ஒத்துவாராமே போனா தானே வம்பு தேடிக்கிறான். நீ வம்புக்கு ஒண்ணும் போகலியே? இதில் தப்பு என்ன? உம் புருஷன் சம்பாதிச்சதிலே உனக்குப் பாகம் இல்லையா? இப்படி நீ சும்மாவே இருந்தா அவன் தோட்டம் காடெல்லாம் வித்துக்கிட்டு மாமியார் ஊர் போய் விடறான். அவள் போட்ட மாயப் பொடிதானே இது."

“ஆமா, ஆமாம். நீ சொல்றது சரிதான். அந்த முண்டை வந்துபோன பிறகுதானே எனக்கு விசயம் பூரா தெரிஞ்சுது; எப்படியோ ஒரு தப்புத் தண்டா இல்லாமே காரியம் ஆனாப் போதும்.’’

“அதைப்பத்திக் கவலைப்படாதே. நான் அப்படி உன்னை மாட்டிவிடுவனா? வீணா நீ ஏன் அங்கலாய்க்கிறாய். சட்டு புட்டுனு காரியத்தில் கண்ணாயிருந்து சாதிக்கப்பாரு. வீணா நாளை ஓட்டாதே” என்றான் கெட்டியப்பன்.

“அப்படியே ஆவட்டும். நீ மற்றவங்க கிட்டயும் இதைப் பத்திக் கலந்துகொள். அவுங்க என்ன சொல்கிறாங்க பாப்போம்.”

“என்ன, நம்ம மணியக்கார அண்ணனிடம்தானே? நல்லாச் சொன்னாய். அவுங்க இதுக்கு அட்டி சொல்ல மாட்டாங்க” என்றான் கெட்டியப்பன்.

“என்னமோ அப்பா. நீங்க எல்லாம் பாத்து என்னை எப்படிச் செய்யச் சொல்றீங்களோ அப்படிச் செய்றேன். என்னாலே வஞ்சகம் இல்லெ. அதுதான் சொல்றதெல்லாம் சொல்லீட்டேன். நான் போறேன்.” என்று கிளம்பினாள் நாகம்மாள்.

“சரி, சரி சொன்னதெல்லாம் மனசிலிருக்கட்டும். ஏனோ தானோண்ணு இருந்திட்டா கடைசியிலே நீயும் உம்மவளும், ஓடு எடுக்க வேண்டியதுதான்’’ என்று எச்சரித்துவிட்டு, “நானும் கூட வாரேன். போக வேண்டியதுதான்” என்று புறப்பட்டான்.

“நல்ல கூத்து, நாம் போறமட்டும் இங்கேயே இரு அப்பா. இது வேரே யாராச்சு கண்டாக்கா போச்சு. ஊறுதென்றால் பறக்கிறதின்னு சொல்லும் சனங்கள். அப்புறம் என்ன வேணு மானாலும் ஆரம்பிச்சு விடுவாங்க’’ என்றாள்.

“அப்படி எவனாவது வாய் அசைச்சா, குதிங்கால் நரம்பை வெட்டீட மாட்டனா? நீ ஒண்ணுக்கும் அதறாதே’’ என்றான் கெட்டியப்பன்.

“நானும் அப்படித்தான் மிரட்டிக்கிட்டு வாறேன்’’ என்று கூறிக்கொண்டே நாகம்மாள் நடந்தாள்.

❍

அத்தியாயம் 14

யாருடைய வருகைக்கு முன் தன் காரியத்தை முடித்துக் கொள்ள நாகம்மாள் எண்ணியிருந்தாளோ, எவருக்குச் செய்தி எட்டு முன்பே எல்லாவற்றையும் தீர்த்துக்கொள்ள ஆலோசித் தாளோ, எந்த முகத்தைக் காணு முன்பே பிரிந்துவிட நினைத் தாளோ, அந்த முகம் இன்று பிரசன்னமாகிவிட்டது. சின்னப் பனுடைய மாமியார் ஊரிலிருந்து வந்திருந்தாள். அந்த அம்மாள் தான் இவ்வளவு கசப்புக்கும் காரணம். அவளே இக்கிளர்ச் சியை முதலில் கிளப்பிவிட்டவள்.

போன வருஷத்தில், மகளைப் பார்த்துவிட்டுப் போக வந்திருந்தவள், பேச்சுவாக்கிலே கெட்டியப்பனிடம், "ஊருக் குள்ளே கட்சி வரவரப் பலப்பட்டுக்கிட்டு வர்ரதாமே" என்றாள். அப்போதெல்லாம் கெட்டியப்பன் அடிக்கடி வீட்டுக்கு வருவது கிடையாது. எப்போதாவது ஒருநாள் வருவான். சின்னப் பனிடம் வெளியிலிருந்தே பேசிவிட்டுப் போய்விடுவான். அவன் அடாவடிப் பேர்வழிதான். கவைக்காகாதவன்தான். இருந்தாலும் இரண்டு கட்சிக்கும் பொதுவாக நடந்துகொள்வதில் விருப்ப முள்ளவன். இல்லாவிட்டால் இரண்டு இடத்திலும் செல்வாக்குப் பெற முடியாதல்லவா? இப்படிப்பட்ட ஆளைத் தன் மருமகன் கட்சியில் சேர்த்துவிடச் செய்த முயற்சியின் விளைவுதான் இது. கெட்டியப்பன் இதைப் பயன்படுத்திக் கொண்டு, "நான் இருக்கும்போது எந்தப் பயல் வாலாட்டுவான். நீங்க கவலைப் பட வேண்டியதில்லை" என்றான். காளியம்மாள், "அதாங் கேட்டேன். நீங்கல்லாம் இவ்வளவனுசரணையா இல்லாட்டி இருக்கிற பூமியை வித்திட்டு மகளையும், மருமவனையும் என்னோடு இட்டுச் செல்லலாமென யோசிச்சேன். பாவம்! ஒண்டிக்காரனை இத்தனை கசக்கு முசக்குக்குள்ளே ஏன் தனியாக விட்டுவைக்கோணும்? நான் இருக்கவே இருக்கிறேன். அங்கு பண்ணையும் பாய்ச்சலையும் பார்த்துக்கிட்டு பையனுக்குத் தொணையாக இருப்பாங்களேன்னு பாத்தேன்" எனத் தொடர்ந்து பேசினாள்.

கெட்டியப்பனும் சமயம் பார்த்து, "நாகம்மாள் சங்கதி என்ன?" என்றான்.

"அவளுக்கென்ன வந்துட்டது. இருந்தால் வீட்டைக் காத்துக்கிட்டு இங்கிருக்கிறாள். இல்லாது போனா அங்கதான் வரட்டுமே. இனி அவளுக்கென்ன சாகிறவரையிலும் சோறும், சீலையும்தானே. குழந்தை பெரிசானால் சித்தப்பன் இருக்குறாங்க, கலியாணம் காட்சி எல்லாம் பார்த்துக்கறாங்க. இங்கென்ன பத்துக் குழந்தையா இருக்குது?" என்றாள்.

கெட்டியப்பனுக்கு அப்பொழுது தோன்றிய யோசனை தான், நாகம்மாளைப் பங்கு கேட்கத் தூண்டிவிட்டு இவ்வளவு தூரத்திற்கு வந்திருக்கிறது.

தன்னுடைய தாயார் ஊரிலிருந்து வந்திருக்கிறாள் என்றால் எந்தப் பெண்ணுக்குத்தான் சந்தோஷம் இல்லாம லிருக்கும்? ராமாயி சிரிப்பும் விளையாட்டுமாய் பூரித்துப் போனாள். குழந்தையை எடுத்துக் கொஞ்சுவாள். அதே சமயம் மேல் உலைத் தண்ணீரை எடுத்துப் புளி கரைத்துக்கொள்ளு வாள். வாசலுக்குப் போவாள். வீட்டிற்குள் வருவாள். அப்படியே தன் தாயாரிடம் தொட்டதும் விட்டதுமாய் இரண்டொரு பேச்சு பேசிக்கொள்வாள். இப்படியாக உற்சாகத்திலே தேக்கித் திளைத்துக்கொண்டிருந்தாள் ராமாயி. ஆனால் நாகம்மாளோ மூன்றாவது மனுஷியைப் போல "வாங்க" என்று கேட்டதைத் தவிர வேறு வார்த்தையே வைத்துக்கொள்ளவில்லை! என்னவோ பெரிய வியாதி வந்துவிட்டவளைப் போல பெரிய துப்பட்டியை எடுத்துப் போர்த்தி ஒரு மூலையில் படுத்துக்கொண்டாள். ராமாயி "சாதத்துக்கு என்ன போடறது அக்கா?" என்று பல தடவை கேட்ட பிறகு, "என்னைக் கட்டையிலே வைச்சிருந்தா யாரைப்போய் கேப்பாய்?" என்று கடிந்து மொழிந்தாள்.

இந்த வார்த்தைகளைப் பாதி கேட்டும், கேட்காத வள்போல, விஷயம் விளங்காத காளியம்மாள், "உடம்புக்கு ஒண்ணுமில்லையே" என்று நெற்றியில் கை வைத்துப் பார்த் தாள். சௌக்கியமாய் இருக்கிற தேகத்தில் என்ன தெரியும்? எப்போதும் போலவேதான் உடம்பு இருந்தாலும் காளி யம்மாள், "கொஞ்சம் கனகனப்பாயிருக்கிறாப் போலிருக்குது. வட்டச்சேறை கொத்தமல்லியைப் போட்டுக் கசாயம் வச்சுக் கொண்டு வரட்டுமா?" என்றாள்.

"எனக்கு ஒரு பண்டிதமும் வாண்டாம்" என்று ஒரே பேச்சில் சொல்லிவிட்டு நாகம்மாள் இழுத்துப் போர்த்திக் கொண்டாள். காளியம்மாளுக்கும் விஷயம் கொஞ்சம்

கொஞ்சமாக விளங்கிற்று. அதற்குள் ராமாயி தன் தாயாரின் கையைப் பிடித்து வெளியே கூட்டிவந்து, "இந்த ரண்டு மாசமா இந்தக் கூத்துத்தான். இன்னம் சங்கதியெல்லாம் கேட்டா நீ இங்கே பச்சைத் தண்ணிகூட வாயில் ஊத்தாமல் இப்போதே போயிடுவாய்" என்று தன் தாயாரிடம் சொன்னது, நாகம்மாள் காதிலும் லேசாகப் பட்டிருக்க வேண்டும். அதனால் தானோ என்னவோ போர்வையை எடுத்து எறிந்துவிட்டுக் களைக்கொத்தையும் கூடையும் எடுத்துக்கொண்டு, "புல்லுக்குப் போறேன், நீ அப்படியிப்படி வீட்டுக்கு வெளியில் கால் எடுத்து வைத்திடாதே" என்று தன் மகளை எச்சரித்துவிட்டுப் புறப்பட்டாள்.

"இதென்ன நோவம்மா! வந்தபடியே போயிட்டுதே. 'திப்புத் திப்புனு' புல் கொண்டாரப் போறாளே" என்று காளியம்மாள் ஆச்சரியப்பட்டாள்.

◯

அத்தியாயம் 15

காளியம்மாள் வந்து இரண்டு வாரமாயிற்று. அவள் இங்கு இன்னும் எத்தனை நாளைக்கு இருப்பாள்? எப்போது போகப் போகிறாள்? எதற்காக வந்திருக்கிறாள்? என்ன பேச்சுவார்த்தைகள் நடக்கிறதென்ற விவரமெல்லாம் மர்மமாகவே இருந்தது. குடும்பத்தில் எவ்வித அதிர்ச்சியுமில்லை. குமுறல் கொந்தளிப்பின்றி அமைதியாகவே சென்றுகொண்டிருந்தது. இந்தச் சமயத்தில் அடைமழைக் காலமும் வந்து சேர்ந்தது. புரட்டாசி கழிந்து ஐப்பசி ஆரம்பம், வானவீதியில் எந்நேரமும் சாயை படிந்து கருமுகில்கள் கவிழ்ந்தவண்ணமிருந்தன. திடீரென்று மழை கொட்டும். அடுத்த கணமே 'கம்மென' நின்றுவிடும். எதையே நினைத்துக்கொண்டதைப் போல மறுபடியும் 'சோ, சோ' வெனத் துளிக்கும். இப்படிப் பெய்யும் மழையைக் கவனிக்கையில் யாரோ ஒரு தாய் தன் வாலிப மகனைப் பறிகொடுத்ததை எண்ணி ஏக்கத்தில் 'பலபல'வென்று, நின்று, நின்று கண்ணீர் விடுவதைப் போலிருந்தது.

இங்ஙனம் அடைமழை 'சொல்லாமல் கொள்ளாமல்' வந்தாலும் பட்டி தொட்டிக்குப் போகிறவர்கள் நிற்கவேயில்லை. ஓலைக் குடைகளையோ, பனந்தடுக்குகளையோ அல்லது கோணிப்பைகளையோ போட்டுக்கொண்டு தங்குதடையின்றி அவரவர் வேலைகளைக் கவனித்துக்கொண்டிருந்தனர். வயது வந்த கிராமச் சிறுமிகள் ஆடைகளைச் சரியாகக்கூட மார்பில் போடாமல் ஜில்லிட்ட சாரலில் இட்டேறித் தடத்தில் செல்லும் காட்சியே காட்சி! ஆட்டு மந்தைகளின் பின்னாலோ, வேலியோரங்களிலோ, காட்டின் நடுவிலோ, வாரிவழிகளிலோ அவர்கள் செல்லுவதைப் பார்த்தால், எங்கோ மாய உலகத்திலிருந்து வந்த மதன் மோஹினிகள் திரிந்து கொண்டிருப்பதைப் போலிருக்கும். இக்கூட்டங்களுக்கு

மத்தியில் சின்னப்பனும் கலந்திருந்தான். அரைநாழிகை வீட்டில் சாய்ந்து உட்கார்ந்திருக்கமாட்டான்.

ஒரு நாள் ராத்திரி சின்னப்பன் சாப்பிடும்போது காளியம்மாள் என்னவோ 'குசுகுசு'வென்று சொல்லிக்கொண்டிருந்தாள். ராமாயி கிட்டத்தில்தான் நின்றுகொண்டிருந்தாள். "எஞ்சொந்தப் புள்ளையோடெ சொல்றாப்பலெ சொல்றேன். இன்னம் கொஞ்ச நாளில் பாருங்க நாகம்மா என்ன கூத்து விடப் போறாள்."

சின்னப்பன் சாதத்தைப் பிசைந்துகொண்டே என்னவோ யோசனையிலிருந்தான்.

"எங்கிட்டே நடந்துக்கிறதிலிருந்தே தெரீறதே. எல்லாங் கூடி எப்படியோ சதி பண்ணிப் போடுவாங்க. வேணுமானா நிசம், பொய் பின்னால் பாருங்க" என்று காளியம்மாள் மிகவும் தணிந்த குரலில் சொன்னாள். ராமாயி அதையெல்லாம் வேடிக்கை பார்ப்பதைப் போல் பார்த்துக்கொண்டிருந்தாள்.

"அதற்கு என்ன பண்ணுறது?" என்றான் அவன்.

"அதுக்குத்தான் போய்விடலாமிங்கிறேன். போவத்தான் வேண்டுமெங்கிறேன்" என்றாள் சற்று பலமாகவே. இந்தச் சமயத்தில் நாகம்மாள் உள்ளே நுழையவே பேச்சு வேறு வழியில் திரும்பியது, "போவத்தான் வேணுமெங்கிறேன். இதுக்காகப் பட்டரைக்குப் போகாமல் போனால் ஆசாரி உருளை செய்தாற்போலத்தான். நாளைக்கு எப்படி ஏத்துப் பூட்டுறது?" என்று அந்த வாக்கில் பேச்சுச் சென்றது.

ஆனால் நாகம்மாளுக்கா இந்தத் தில்லுமல்லு எல்லாம் தெரியாது? வார்த்தை துளிகூடக் கேட்காது போனாலே ஊகித்துவிடக்கூடியவள் அரையும் குறையுமாகக் கேட்டுக் கொண்ட பிறகு எப்படி மாற்றினால்தான் வேறு ஏதோ வென்றென நினைக்கவா போகிறாள்.

ஒன்றும் தெரியாதவள் மாதிரி, "அதுக்குப் போகாது போனா என்ன? அப்புறமா சொல்லிவிடுறேன்" என்றாள் நாகம்மாள்.

ஆனால் ஆசாரி உருளை செய்து இரண்டு நாள் ஆயிற்றென்றும் இன்று காலையில் சின்னப்பன் அந்த உருளையில் தான் ஏற்று இறைத்து வந்திருக்கிறான் என்பதும் இவர்கள் இருவருக்கும் தெரியாது! நாலு நாளைக்கு முன் கேட்ட விஷயத்திலிருந்தே இவ்வளவு பேச்சும் நடக்கலாயிற்று. சின்னப்பன் சிரித்துக்கொண்டே, "நமக்கெல்லாம் குளிர்

என்றாலே நடுக்கமெடுக்கிறதே! நம் முத்துக்கு ஒண்ணும் செய்றதில்லையே!" என்றான். உடனே நாகம்மாள், "முத்து, முத்து!" என்று தெருவுக்கு வந்தாள். இந்த வேடிக்கையை நினைக்க நினைக்க சின்னப்பனுக்கு அடக்க முடியாத சிரிப்பு வந்தது. அதே சமயம் மற்ற இருவரும் சிரித்தனர். இச்சிரிப்புச் சத்தத்தைக் கேட்ட நாகம்மாள் தன்னைப் பற்றித்தான் பேசிச் சிரிக்கிறார்கள் என்று எண்ணினாள்!

அன்று இரவு படுக்கையில் படுத்துக்கூட நெடு நேரம் இதைப் பற்றியே யோசித்தாள். என்ன பேசியிருப்பார்கள்? அவள் எப்படித் தந்திரமாகப் பேச்சை மாற்றுகிறாள் பார், ஜாலக்காரி! போவத்தான் வேண்டுமாம்! போடுகிறாளே சொக்குப் பொடியை! போகத்தான் போகிறாளா—எல்லாம் வித்துக்கிட்டா? ஐயையோ அப்புறம் என் கதி? சே, சே, அப்படி ஒன்றும் என்னைத் தெருவில் விடமாட்டார்கள். ஆனாலும் அந்தப் பொல்லாத கிழவி இருக்கிறாளே! என்ன பேசியிருப்பார்கள்? நான் இந்த ஒரு வாரமா எப்படியெல்லாம் மனதிலுள்ளதை ஒழிச்சு நடந்துவாரேன். அவளிடம் வெகு வெகு விசுவாசமாயிருந்தேனே என்னையா இப்படித் தூற்று வாள்? உம்... ... ... யார் கண்டது?

நாகம்மாள் இரண்டொரு தடவை, 'சண்டை, சச்சரவு இல்லாமல் அவர்களோடு ஒத்துப்போய்விட்டால் என்ன?' என்று யோசிப்பாள். ஆனால் அங்கே போய் பிச்சைக்காரியைப் போல, 'நீ போடு ஆயா, நான் திங்கறேன்' என்று காத்துக் கொண்டிருப்பதா? இந்த ஜன்மத்திலே இல்லை என்று திடம் செய்துகொள்வாள்.

இந்த இருபது நாளாகக் கெட்டியப்பனைப் பற்றியும் ஒரு சங்கதியும் தெரியவில்லை. இதையெல்லாம் அவனிடம் தெரிவிக்க வேண்டுமென்கிற ஆசை. ஆனால் ஆசாமி ஊரில் இருக்கிறது, இல்லாத சங்கதியே தெரியவில்லையே! யாரை யாவது கேட்கலாமென்றால் தோதாக எந்த நபரும் காணவில்லை. யாரோ பேசிக்கொண்டார்கள், போனவாரம் ஆற்றில் மீன் பிடிக்கையில், இரண்டு பேரோடு சண்டைக்குப் போய் அடித்து விட்டானாம். அந்தக் கலவரத்தில் கால் வழுக்கி விழுந்து கை முறிந்துவிட்டதாம். நாகம்மாள் மனத்திற்குள்ளாகவே வேதனையிலாழ்ந்தாள். 'கெட்டியப்பனுக்குக் கையும் முறியாது, காலும் முறியாது. நிசமா அவன் திக்கசமாட்டத்தான் இருப்பான். அவனுடைய விரோதக்காரர்களின் விருப்பமாக்கும் இவையெல்லாம்! எதுக்கும் நாளைக்கு மணியக்காரரைப் பார்த்தால் கெட்டியப்பன் சங்கதி தெரிஞ்சுவிடுது. இதுதான் நல்லது' என்று நாகம்மாள் முடிவு கட்டினாள்.

காலையில் எதிர்பாராத ஒரு சம்பவம் நிகழ்ந்தது. விடிந்ததும் விடியாததுமாய் நாகம்மாள் வெளியே போகும் போது ஒரு சக்கிலி எதிரில் வந்தான். நாகம்மாளைக் கண்டதும் கையைச் சொறிந்துகொண்டே, "ரொம்பச் சங்கட்டமாய் இருக்குதுங்க" என்றான். நாகம்மாளுக்கு ஒன்றும் புரியவில்லை.

''யாருக்கடா சங்கட்டம்?'' என்றாள்.

''சுல்லி வலசிலிருந்து வாரனுங்க நம்ம – உம் – சின்னக் கவணனுக்குத்தானுங்க'' என்றான்.

அப்போதுதான் நாகம்மாளுக்குச் சங்கதி தெரிந்தது. காளியம்மாளின் மகனுக்கு எப்போதும் நெஞ்சு வலி உண்டு. ஒரு தடவை தூக்கமுடியாத பாரத்தைத் தூக்கியபோது உள்ளுக்குள்ளே சுளுக்கி நரம்பு புரண்டுவிட்டது. அப்புறம் அதற்கு என்ன செய்தும் பூரண குணமாகவில்லை.

இந்தச் சேதி வீட்டில் தெரிந்தவுடன் காளியம்மாள் உடனே புறப்பட ஆயத்தமானாள். அங்குமிங்கும் ஆவிப்பறந்து திரிவதிலிருந்து எவ்விதம் வருத்தப்படுகிறாள் என்பது தெரியும். இருப்பதோ ஒரே மகன்; அவனுக்கும் இப்படி வந்துவிட்ட தென்றால் யாருக்குத்தான் துக்கமிராது? சிறிது நேரத்தில் பயணமாகிவிட்டாள். பத்துப் பதினைந்து மைல் தூரம் ஒருத்தியையும் அனுப்புவதெப்படி என்று சின்னப்பனும் கூடப் புறப்பட்டான்.

போகும்போது நாகம்மாளிடம், ''நேரத்துக்கு நேரம் மாட்டுக்குத் தண்ணி வைக்க மறந்திடாதீங்க, அந்தக் கெரகத்துக்கு என்ன தெரியும். பத்திரமாக எல்லாத்தையும் பாத்துக்குங்க. ஊரில் விட்டதும் மாப்பிள்ளையைப் பாத்திட்டு வந்திடறேன்" என்று கூறினான். நாகம்மாளும் இது மெப்புக்கோ, ஒப்புக்கோ என்று மனதில் எண்ணிக்கொண்டு, ''அப்படியே ஆவட்டும். தம்பிக்கு நல்லானால் அதுவே போதும்" என்று மரியாதையாக வழியனுப்பினாள்.

○

அத்தியாயம் 16

தோப்பிலிருந்து பிரிந்து சென்ற கெட்டியப்பன் விவரமென்ன? அவன் வாக்குறுதி செய்து தந்தபடி காரியத்தில் கண்ணாயிருக்கிறானா? அவனை நம்பியவள் உருப்பட என்னென்ன காரியங்கள் செய்து வருகிறான்? இவற்றைத் தெரிந்துகொள்ளுமுன் சிவியார்பாளையம் மணியக்காரரைப் பற்றியும் கொஞ்சம் தெரிந்துகொள்ள வேண்டியது அவசியம்.

மணியக்கார கருப்ப கவுண்டர் நல்ல பாராசாரியான ஆள். கருவேலங்கட்டை மாதிரி அவரது காலும் கையும் உறுதியாயிருக்கும். அவரது நிறமும் கருஞ்சாந்து போலத்தான். கிருதா மீசைக்கும், அவரது மேனிக்கும் வித்தியாசமே தெரியாது. அவரது முறுக்கு மீசையில் எலுமிச்சங் கனியை நிறுத்தலாம்! என்ன! நிறுத்தியே காண்பித்திருக்கிறார்! அவருடைய மார்பு கடப்பைக்கல் போன்றிருந்தது. இன்னும் மற்ற அவயங்களும் கச்சிதமாக அமைந்திருந்தன. அவர் ஏதாவது தேகப்பயிற்சி செய்கிறாரா இல்லையா என்பது நமக்குத் தெரியாது.

இந்தத் தேகக் கட்டு இவர்கள் வம்சத்திற்குப் பரம்பரைச் சொத்து. இவருடைய தகப்பனாரும் இப்படித்தான். நல்ல ஆஜானுபாகு. எப்போதும் வெளியே போகும் போது நெற்றிக் கட்டுத் தடியுடன்தான் செல்வார். தம்மைக் கண்டவர்கள், குறுகி, ஒடுங்கி எண்சாண் உடம்பும் ஒரு சாணாகப் போக வேண்டுமென்பது அவரது ஆசை. ஆனால், அவரது ஆசை எவ்வளவு தூரம் பூர்த்தியாயிற்றென்பது நமக்குத் தெரியாது.

அந்தக் காலத்தில் சின்னப்பனின் தந்தை ராமசாமிக் கவுண்டர்தான் ஊரிலே என்ன சச்சரவு நடந்தாலும் பஞ்சாயத்துச் செய்துவைப்பவர். இதைக் காண ஊர் மணியக் காரருக்குப் பிடிக்கவில்லை. "என்னடா இது? நம்முடைய மதிப்பென்ன? அந்தஸ்தென்ன? எந்நேரமும் தோட்டி, தலையாரி

வாசலில் காத்துக்கொண்டு கிடக்கிறான்கள்; நினைத்தபோது பத்துப்பேர் 'வா' வென்றால் வருவார்கள். 'போ' என்றால் போவார்கள், அப்படியிருக்க ஊரில் இவன் பெரிய நாயக்கார னாகப் போயிட்டானாம்! இவனிடம் போய் பந்தக்காலைக் கட்டிக்கொண்டு நிற்பதாம்! இவன் சொல்கிறதைக் கேட்பதாம். என்ன இது!" என்று இப்படி நினைத்தார். அதோடு ராமசாமிக் கவுண்டரை ஒரு கை பார்த்துவிடுவது என்று தீர்மானித்துக் கொண்டார். இந்தக் கங்கை ஊதிவிட்டு நெருப்பாக்க அவரருகே அநேகர் தயாராய் காத்துக்கொண்டிருந்தனர். நல்ல யோசனை சொல்லத்தான் சுலபத்தில் யாரும் முன்னுக்கு வரமாட்டார் கள் என்றால் இப்படி துர்ப்புத்தி சொல்ல ஆட்களா இல்லை? ஏற்கனவே வீராப்பிலிருந்த மணியக்காரர், ராமசாமிக் கவுண்டர் தன் எல்லை வேலியில் மரம் வெட்டி சுண்ணாம்பு சுட்டதைப் புறம்போக்கில் மரம் வெட்டி சுண்ணாம்பு சுட்டதாக தாசீல்தாருக்கு 'ரிப்போர்ட்' செய்தார். இதை விசாரித்த மேலதிகாரி உண்மையை அறிந்து, "அப்படித்தான் புறம்போக்காயிருந்தாலும் மரத்தை வெட்டி, அடுக்கி, சுண்ணாம்புக் காளவாயில் போட்டு சுட்டு, சுண்ணாம்பு எடுத்து புது வீடு கட்டும் வரையிலும், நீர் என்ன ஐயா செய்துகொண்டிருந்தீர்? இதுதானா வேலை பார்க்கிற லட்சணம்?" என்று மணியக்காரருக்கே ஐந்து ரூபாய் அபராதம் விதித்தார். இந்தப் பூசலுக்குப் பிறகு எவ்வளவோ குட்டிக் கலவரங்கள். அப்போது தோன்றிய கட்சி, பிரதி கட்சிதான் இன்னும் ஊரில் இருந்து வருகின்றன. தன் தகப்பனார் காலத்தில் தோல்விமேல் தோல்வியானாலும், தானாவது வெற்றி கண்டு விட வேண்டும். சின்னப்பனையும் அவன் பங்காளிகளையும் பிரித்துவிட்டு மட்டந்தட்ட வேண்டும் என்று கங்கணங் கட்டிக் கொண்டிருந்தார் மணியக்காரர். இதில் அவர் அநேகமாக வெற்றியும் அடைந்துவிட்டார். இப்பொழுது சின்னப்பனை என்ன செய்தாலும் கேள்வி இல்லை. அதற்குத் தகுந்தாற்போல நாகம்மாள் சங்கதி வேறு கிடைத்திருக்கிறது. எப்போதும் மணியக்காரருக்கு யோசனை சொல்வதற்கு அனேக மந்திரிகள் உண்டு. அவர்களில் முதன்மையானவன் நாராயண முதலி. இவன் ஒரு புளுகுணி, குண்டுப் புரட்டன். எங்கு என்ன நடந்தாலும் துளி விடாது வந்து சொல்லிவிடுவான். 'இதற்கு இப்படிச் செய்ய வேண்டும். அவர்கள் சங்கதி அப்படி. அது இது' என்றெல்லாம் யோசனை சொல்வான். மற்றவர் யோசனை யானால் மணியக்காரர் நிராகரித்துவிடுவார். ஆனால் நாராயண சாமி முதலியார் விஷயம் அப்படியல்ல. பொட்டுக் குறித்தாற் போல் சொல்வான். எங்கே கல்லெறிந்தால், எந்தப் பழம் விழும் என்ற சங்கதியெல்லாம் தெரிந்தவன். சாதாரணமாக

கோர்ட்டு விஷயங்களில் அபாரத் திறமை. மற்றும் சாட்சிக்குச் செல்லும்போது சாப்பிடுவதற்கு எந்த ஓட்டலுக்குப் போனால் ரொம்ப திவ்யமாயிருக்கும். குறிப்பிட்ட மனிதர்களை எங்கு அழைத்துச் செல்வது என்பதெல்லாம் மனப்பாடம். அதனால் தான் மணியக்காரர்கூட, "என்னப்பா நம்ப நாராயணன் சொன்னால் எள்ளத்தனை மாறுமா? அவன் நமக்காகத் தானே வேலை வெட்டியெல்லாம் விட்டு வருகிறான்" என்று சொல்வார்.

'வேலை என்ன பறக்கிறது' என்று நினைத்துக்கொண்டே, "உங்களைவிட வேலை என்னுங்க பிரமாதம்? நீங்க வரச் சொல்லிவிட்டால் என்ன இருந்தாலும் உதறிப் போட வேண்டியதுதான்" என்று சமயம் அறிந்து பேசுவான். "அதுதான் நீ இல்லாமல் நான் ஒண்ணும் செய்கிறதில்லையே" என்று 'கட கட'வென்று சிரித்துக்கொண்டே மணியக்காரர் சொல் வார். அதுதான் சமயம் என்று ஐந்து, பத்து கடனாகக் கேட்டு வாங்கிக்கொள்வான். அப்புறம் திருப்பிக் கொடுக்கிறதிற்குத் தான், இன்னும் ஐந்தோ பத்தோ வேண்டியிருக்கிறதே! அதையும் மணியக்காரரிடமே வாங்கவேண்டியிருப்பதால், அவரும் முதலியாரிடம் பணம் திருப்பிக் கேட்பதில்லை.

இன்றைக்கு மணியக்காரர் மந்திராலோசனை சபை கூடியிருக்கிறது. அங்கே நாராயணசாமி முதலியாருக்கருகில் கெட்டியப்பன் கம்பீரமாக வீற்றிருக்கிறான். வழக்கமாகப் பேசும் ஆசாரத்தில் இன்று கூடவில்லை. ஏனென்றால் வாசலில் நின்றாலும், பேச்சுச் சத்தம் கேட்கும். உட்கார்ந்திருப்பதும் வெளியில் தெரியும். ஆகையால், ரகசியமாக இருக்கட்டுமென உட்புற அறைக்குச் சென்றுவிட்டார்கள். பேச்சு ஆரம்பமாயிற்று? "என்ன கெட்டியப்பா? சங்கதி எப்படியிருக்குது? காரியம் சல்தியா நடக்காது போலிருக்குதே" என்றார் மணியக்காரர்.

"அதென்னங்கண்ணா அப்படிச் சொல்றீங்க? மமிட்டிப் பிடியிலே ஒரு தட்டு தட்டினா காரியம் நடக்கறாப்பலிருந்தா இதுக்குள்ளெ கக்க வச்சிருக்கலாம்" என்றான் கெட்டியப்பன்.

"ஆமாம் இதுதான் உங்களுக்குத் தெரியும். நீங்கள் கக்க வைக்கவும், வாந்தி எடுக்கவும்தான் செய்வீர்கள். காரியத்திலே பின் என்ன சாதிப்பீர்கள்?" என்று சிரித்துக்கொண்டே முதலியார் பேச ஆரம்பித்தார்.

"அதுக்கு என்ன பண்ணித் தொலைக்கிறதுங்க? நான் இன்னும் அந்தப் பக்கமே போகலயே?"

"இப்படிப் போகாத ஆளுக்கு இந்த வேலை எதற்கினு கேளுங்க? இவர்களை நம்பித்தானே நாம் இந்தக் காரியத்தில்

இறங்கியிருக்கிறோம். இல்லாட்டி எங்களுக்கென்ன இதில் அக்கரை?" என்று நாராயணசாமி மணியக்காரரைப் பார்த்துக் கண்ணடித்துக்கொண்டே சொன்னார். முதலியார் இதைப் பலதடவை மணியக்காரரிடம் கூறியிருக்கிறார். "எதற்கும் நாம்தான் என்று காட்டிக்கொள்ளக் கூடாது. எவனோ ஒருவனை முன்னுக்குத் தள்ளிவிட்டு நாம் பின்னாலிருந்து வேலை செய்ய வேண்டும். இதை அப்படியிப்படி என்று விடக் கூடாது" என்று அனேகம் தடவை எடுத்துச் சொல்லியிருக்கிறார்.

"என்ன கெட்டியப்பா, தலையைச் சொறியிறாய்?" என்றார் மணியக்காரர்.

"அண்ணா, அதுதான் சொன்னனுங்களே நான் போகலாம்னுதான் இருந்தேன். அதுக்குள் அவன் மாமியார் வந்திருக்கிறாள், போவட்டும். அப்புறம் விசயம் தெரியாமலா போயிடும் என்று சும்மாயிருந்துட்டேன்."

"சரி, எப்படியும் நாளைக்குப் போய் தெரிந்துகொண்டு வந்துவிடுங்கள். அதற்கப்புறம்தான் யோசிக்கோணும். அதைத் தெரியாததிற்கு முன் பேசுவதில் பிரயோசனமில்லை" என்றார் நாராயணசாமி.

"ஆமாம், அப்படித்தானே செய்" என்றார் மணியக்காரர். இவர் நாராயணசாமியின் பேச்சுக்குப் பின் இப்படித்தான் சொல்வது வழக்கம்.

"ஆனால் நாகம்மாள் ஏதாச்சு கேட்டால், நீங்க என்ன சொல்றது?" மணியக்காரர் நாவசைப்பதற்குள் நாராயண சாமி, "இங்கே, கையோடே கூட்டிவர முடியாதா?" என்று அவசரமாகக் கேட்டார்.

"கூட்டி வாரதா? இப்படி நொடிச்சா வரமாட்டாளா?" என்றான் கெட்டியப்பன்.

"அப்ப சரி" என்றான் நாராயணசாமி.

"இங்கெதற்கு?" என்று கெட்டியப்பன் ஆரம்பிக்கை யிலேயே, "நான் சொல்றேன்" என்று இருமிக்கொண்டே ஒரு கிழவர் அங்கு வந்தார்.

அத்தியாயம் 17

திடும்பிரவேசமாக தங்கள் பேச்சுக்கிடையில் ஒருவர் பிரவேசிக்கவே, இருவரும் திடுக்கிட்டு நிமிர்ந்து பார்த்தனர். மணியக்காரர் முதலிலேயே பார்த்துக்கொண்டதால் ஆச்சரியப்படவில்லை. ஆனால் தானுண்டு கட்டிலுண்டு என்று படுத்திருப்பவர் ஏன் எழுந்துவந்தார் என்பதைப் பற்றியே அவர் ஆச்சரியப்பட்டார். அப்பெரியார் மணியக்காரரின் பெரியப்பா. தன் காலத்தில் அமர்க்களமான ஆட்டபாட்டத் துடன் வாழ்ந்தவர்தான். இன்று எல்லாம் அடங்கி, ஒடுங்கி உட்கார்ந்துவிட்டார். வேளா வேளைக்கு வீட்டிலுள்ள யாரோ ஒருவர் கிண்ணத்தில் சாதத்தைப்போட்டு வைத்துவிடுவார்கள். அவர் உட்கார்ந்த இடத்திலே அதை வாயில் போட்டுக்கொண்டு அப்படியே படுத்துக்கொள்வார். கயிறுகள் அறுந்து தொங்கும் கட்டிலும், இரண்டு தலையணையும், ஒரு கிழிந்த துப்பட்டுமே அவருடைய சொத்து. எதிர்பாராவிதமாக அவர் வந்து சேரவும், "ஏது உங்களுக்கும் பேச்சில் ருசி உழுந்துட்டது போலிருக்குது. பக்கத்தில் வந்து இப்படி பாயில் உக்காருங்கள்" என்று நாராயணசாமி சொன்னான்.

"இல்லையப்பா இப்படியே இருக்கட்டும். எங்கிருந்தா லென்ன? எல்லாம் ஒண்ணுதானே! என்னவோ கெட்டியப்பன் சொன்னானே" என்றார் கிழவர்.

"ஏனுங்க மாமா, நீங்க சொல்றதாக வந்தீங்களே அப்புறம் எங்களைக் கேக்கறீங்களே" என்றான் கெட்டியப்பன்.

"ஆமாம், நான்தான் சொல்ல வந்தேன். என் வார்த்தை யைக் கேட்டா கேளுங்க கேக்காட்டி போங்க. ஆனா, பாக்குக் கடிக்கிற நாழி உக்காந்தா அதுவே போதும்" என்றார்.

"நாங்கள் என்ன ஒட்டத்திலா நிக்கிறோம். தாராளமாகச் சொல்லுங்க அவசரமொண்ணுமில்லெ" என்று முதலியார் கூறவும் பெரியவர் தொடங்கினார்.

"கெட்டியப்பா, பூனையாட்டப் படுத்திருந்தாலும் என்னென்ன நடக்குதுங்கறது தெரியாமே போகலெ. நாங் கேட்டுக்கிட்டுத்தான் வர்றேன். உங்க பேச்சு அப்படியே காத்திலே கசம்பிலே விழாமப் போகலெ. ஆனா இந்தக் கொட்டுமுழக்கெல்லாம் என்ன ஆகுமின்னு யோசித்துப் பாருங்கடா! கெட்டியப்பா, இப்படி முன்னுக்கு வந்து உட்காரு. எனக்குக் கிட்டத்தில் வா. இன்னும் பக்கத்தில் வந்து உட்காரு. சும்மா சிரிக்காதே. பேசாமல் வா இப்படி!"

மணியக்காரருக்கு இது வேடிக்கையாக இருந்தது. மாமனுக்கு என்னவோ பல்லுப் பரபரப்பு, பேசவந்திட்டார் என்று கெட்டியப்பன் நினைத்துக்கொண்டான். நாராயண சாமிக்கு இவருடைய பூர்வாசிரம வாழ்க்கையெல்லாம் தெரியும். இப்போது வேதாந்தம் பேச வந்துவிட்டார்! எல்லாம் தொலைக்கிறதுக்குமுன் இந்த ஞானோதயம் உண்டாக வில்லையாக்கும் என எண்ணி, குறும்பாகச் சிரித்துக்கொண்டு, "சொன்னாக் கேளுங்க, பெரியவர்கள் சொல்லைத் தட்டலாமா? முன்னுக்குப் போங்கள்" என்று கெட்டியப்பனுக்கு ஒதுங்கி வழிவிட்டான்.

பெரியவரும் புன்னகையுடன், "அடே கெட்டியப்பா உன் மண்டையிலே என்னடா இருக்குது? நீ மாம, மச்சனனா யிருந்தாலும், என் புள்ளைமாதிரி. அடே புடே என்றால் கோவிச்சுக்குவாயா. என்னப்பா?" என்று மென்று விழுங்கினார்.

"இல்லீங்க மாமா, இல்லீங்க மாமா, நீங்க சொல்லுங்க" என்று கெட்டியப்பன் நகர்ந்து உட்கார்ந்தான்.

பெரியவருக்குச் சற்று உற்சாகம் அதிகரித்தது. ஒருதரம் கனைத்துக்கொண்டு, "கேளடா ராஜா, மலைபோல மண்டிக் கிடந்த கள்ளிகளெல்லாம் மாயமாய் மறஞ்சது பாத்தாயா? நாம் எத்தனை நாள் கத்தியிலும் அரிவாளிலும் வெட்டித் தள்ளியும் வெட்ட வெட்ட கொழுத்தது! எப்படி பூண்டற்றுப் போச்சுது பாத்தாயா? கள்ளியை நாசம் பண்ணின வெள்ளைப் பூச்சியையும் பாத்திருப்பாய். அது கடுகிலும் சின்னஞ்சிறு சாத்தானே இருந்தது. நம்முடைய கத்தியும், கவையும் முடிக்க முடியாத வேலையை வெகு சுளுவில் அப்பூச்சி முடித்துவிட்டது. என்ன கெட்டியப்பா, இண்ணைக்கு ஒரு ஆனையைக்கூட தூக்கியடிக்கலாமென்று உனக்குத் தோணுது. மீசையை முறுக்கி விடறாய்! கையைக் காலைத் தட்டறாய்; வாய்ப் பேச்சு வாயிலிருக்க, கைவைக்க ஆரம்பிக்கிறாய். ஆனா இந்த நல்ல ரத்தம் நொடியிலே மறைஞ்சிடுமப்பா ஒரு பூச்சி வேண்டாம், புழு வேண்டாம், சும்மா இருக்க இருக்க மாயமாய்ப் போயிடும்." வயோதிகர் சற்றுப் பேச்சை நிறுத்தினார்.

அவருடைய உணர்ச்சிகள் மேலுக்கு மேல் பொங்கி வருவது தேகத்து நரம்புகள் புடைப்பதிலிருந்தே நன்றாகத் தெரிந்தது. அருகிலிருப்பவர்கள் வாய் திறக்கவில்லை. கிழவனார் தொடர்ந்து பேசினார்.

“கெட்டியப்பா, உனக்கு மாத்திரம் இல்லை. எல்லோருக்கும் தான் சொல்றேன். ஏண்டா, கெட்டுப்போகிறோம். உண்டு, உடுத்தியா கெடறோம்? சீர் சிறப்பிலா நாசம் செய்றோம்! இன்னொருத்தனுக்கு உபகாரம் செய்தா கெட்டுப்போறோம்! இதையெல்லாம் கொஞ்சம் யோசிச்சுப் பாரு.

அடே அப்பா, ஊருக்கு மேக்காலே இட்டேறி எப்படி அசங்கியமா ஆபாசமா இருக்குது பாத்தாயா? அதுவும் இந்த மழைகாலத்திலே எல்லாம் ஒரே துர்நாத்தம். மூக்கைப் பிச்சுக் கிட்டு போறமாதிரி வீசலே! அதைச் சுத்தம் பண்ண ஒரு பிள்ளை பிறக்கலயே! இன்னும் கேளு, ஊர்ச்சாவடி கட்டிடம் கல்லுகள் பெயர்ந்து ஆட்டம் கொடுத்துட்டதே! அதை எடுத்துக் கட்ட எவனாவது முன்னுக்கு வர்றானா? இல்லவே இல்லெ; பின்னே என்ன? எல்லாம் ஒரே கோள், குண்டுணி, கட்சி இவைகள்தான்!

இந்தக் கட்சியிலேதாண்டா நம்மவர்கள் அழிந்து போனது. கச்சேரிக்கும் ஊட்டுக்கும், ஊட்டுக்கும் கச்சேரிக்கும் நடந்த படியிருந்தா காட்டுச் சங்கதி என்ன ஆகுமென்று பாருங்கடா! இதிலே ‘ரோட்டல்’ சோத்துக்காகப் பொய் சாட்சி சொல்லப் போறவங்க எத்தனை பேர்! நானும் எத்தனையோ பட்டு மாஞ்சிருக்கிறேன். அடடா என்ன பாவம்! ரோட்டல் சாப் பாட்டை எண்ணி நிசக்கலப்பற்ற பொய்யைக் கூறுவதா? அட உங்களுக்கு ஏழேழு சென்மங்களுக்குத்தான் சொர்க்கம் கிடைக்குமா?”

அவர் மகா வருத்தத்துடனும், ஆத்திரத்துடனும் பேச்சை நிறுத்தினார். “என்னுங்க மாமா இனியொண்ணும் பாக்கி யில்லீங்களா?” என்றான் கெட்டியப்பன். மற்றிருவரும் தாங்காது சிரித்துவிட்டனர்.

பெரியவர் முன்னிலும் சாந்தமாகவே உட்கார்ந்திருந்தார். வந்த ஆத்திரம்கூட ஏனோ அடங்கிவிட்டது. அவர் என்னவோ சொல்ல வாயெடுத்தார். அதற்குள் கெட்டியப்பன், “ஏனுங்க மாமா இத்தனை விசயத்தை வெச்சுக்கிட்டா இவ்வளவு நாளும் பேசாதிருந்தீங்க” என்றான்.

“அட போடா, பதரே. செவிடங்காதிலே சங்கூதின மாதிரி உங்கிட்டே நீதி ஓதி என்ன புண்ணியம்? சும்மா படுத்திருந் தாலும் களப்புக் காணாது” என்றார் சலிப்போடு.

"அதுதானுங்க உங்களுக்கு நல்லது" என்றான் நாராயண சாமி. "உம். முதலியாரு, லேசுப்பட்டவனா! எந்த முண்டச்சியோ, தண்டுவனோடு கெட்டுப்போறதுக்கு, பெரிய குடும்பத்தைத் தெருப்பண்ணறதுக்கு யோசனை சொல்லப்பா, சொல்லு" என்று பெரியவர் முடிக்கு முன்னே, "நீங்கள் விஷயம் தெரியாம பேசறீங்க" என்று நாராயணசாமி சற்று அழுத்தமாகவே சொன்னான்.

மணியக்காரரும், "ஆமாங்க, நீங்க போய் படுத்துக் கொள்ளுங்க" என்றார்.

அதே சமயம் காலடிச் சத்தம் கேட்கவும் மூவரும் திரும்பிப் பார்த்தனர். வெகு வேகமாக அங்கு வந்த செங்காளி, "காளியம்மாள் ஊருக்குப் போன சமாச்சாரம் தெரியுமா? அவளோடு சின்னப்பனும் போயிருக்கிறான்" என்றான்.

"அப்படியானால் நல்ல வேட்டைதான். நான் நாகம்மாளைக் கண்டு வாரேன்" என்று கெட்டியப்பன் ஒரு குதியோடு போனான்.

"சரி, நாம் தோட்டப் பக்கம் போவோம்" என்று நாராயண சாமியுடன் மணியக்காரர் எழுந்தார்.

◯

அத்தியாயம் 18

சிவியார்பாளையத்தில், மற்றெந்தப் பக்கங்களையும் விட, கிழக்குப் பக்கத்தில்தான் அழகு மலர் சொரிந்து நிற்கிறது. பிஞ்சு, பூவோடு குலுங்கும் பச்சை மரம் போலும், நுரை அலையோடு கூடிய நிறை நதி போன்றும் அங்குதான் குளிர்ச்சி கட்டோடு படர்ந்து கிடக்கிறது. குடை பிடித்தாற் போலக் குவிந்திருக்கும் கருவேல மரங்களும், மலர் குலுங்கும் ஊஞ்ச மரங்களும், பூச்செறிந்து வேலியைச் சுற்றியிருக்கும் கொடி வரிசைகளும், ஓயாது மணங்கலந்து வீசும் ரஞ்சிதத் தென்றலும் சேர்ந்து அப்பிரதேசத்திற்கு அத்தனை வனப்பை அளித்திருந்தது. வழி நெடுக மெது மணல்; அடி எடுத்து வைக்கும் ஓசையே கேட்காது. அவ்வழி நடக்கையில், பாதத்திற்கு மட்டுமல்ல, மனதிற்கே ஒரு உற்சாகம் பிறக்கும். சுற்றிலு மிருக்கும் அச்சுக சூழ்வில் நம் கற்பனை சென்றுவிட்டாலோ உலகத்தையே மறந்துவிடுவோம்.

இப்போது அந்த வழியாகத்தான் மணியக்காரரும், நாராயணசாமியும் களத்துக் காட்டிற்குப் போய்க்கொண் டிருந்தார்கள். அவர்கள் சுவாரஸ்யமாகப் பேசிக்கொண்டு போனார்களே ஒழிய இக்காட்சிகளைக் கண்டு களிக்கவில்லை. நின்று நோக்கவில்லை. ஒருவேளை தினம் பார்ப்பதால் சலிப்பு ஏற்பட்டுவிட்டதாக்கும்.

நாராயணசாமி உறுதியான குரலில், "சீக்கிரம் முடிவு கட்டீட வேணும். நீங்கள் சும்மா அப்படியே அவளிடம் அசைத்து வையுங்கள். அந்தப் பூமி நம்மை விட்டு எங்கே போயிடப் போறது. தவிர நம்ம களத்துக் காட்டோரம் இருக்குது. பக்கத்து இனம். இனத்தோடயே சேர்ந்து விடட்டும். நான் எல்லாம் வழிசெய்து விடறேன். அவள் எங்கே நம்மைவிட்டுப் பறந்துவிடப் போறாள்?" என்றான்.

“ஆமாமப்பா, அதை எப்படியாவது வாங்கினால்தான் புல்லுக்குப் பஞ்சம் இருக்காது. மாடு கன்றுகளைக் கொரையில் கட்டிவிடலாம். தீவனத்துக்கு அடித் தட்டுகிறபோது வண்டியைக் கட்டிக்கொண்டு வெளியூர்களுக்குப் போகவேண்டியதில்லை.”

“அப்படித்தான் செய்யவேணும். வசப்பட்டா ஒட்டனைக் கூப்பிட்டு வெட்டுக்குக்கூட விட்டுப் பார்க்க வேணும்” என்றான் நாராயணசாமி.

“கிணத்துச் சமாச்சாரம் எல்லாம் நிலத்தை வாங்குவதற்கு முந்தியேவா? இதுதானப்பா எருமை வாங்கி கட்டின கதை” என மணியக்காரர் சொல்லிச் சிரித்தார். “நல்லாச் சொன்னீங்க” என்று கூடச்சேர்ந்து கை தட்டிக்கொண்டே சிரித்தான் நாராயணசாமி.

மணியக்காரர் உற்சாகமாக, “என்ன நாராயணா, எல்லாம் சரிதான். நாகம்மா பக்கம் நாமெல்லாரும் நிண்ணும் கடைசியிலே ஒண்ணும் எடுபடாது போனா என்ன செய்வது? அவமானமாகவல்ல போயிடும்” என்றார்.

“ஒருக்காலும் போகாது. நம்மை மீறி அப்படிப் போயிடுமா?”

“போகாதுண்ணா கையில் பிடிச்சு நிறுத்துற விசயமா! சின்னப்பன் கோர்ட்டு வரையிலும் பாக்கிறதாக உறுதி கொண்டிருந்தால்? செபம் சாயுமா?” எனறார் மணியக்காரர்.

“சின்னப்பனாவது கோர்ட்டுக்குப் போறதாவது. கனவில்கூட எண்ணிப் பாக்கமாட்டான்! பத்துப் பேர் பாத்து நாம் சொல்றதுதான் சட்டம். இதுக்கு அப்பீலே கிடையாது.”

“அப்படிச் சொல்லலாமா?”

“ஏங்கூடாது. என்னதாஞ் செய்வான்? சொல்லுங்கள். அப்படி வித்திட்டுப் போறதானாலும் எவன் வாங்க வருவான்? எங்கே விரல் விடுங்கள் பாக்கலாம்” என்று அபாரக் கோபம் வந்தவன்போல் கேட்டான்.

“உம், பாப்போம்” என்று கூறிவிட்டு, “அதோ அங்கு பாரப்பா, யார் நம்ம ராமசாமியா எதிரில் வருவது?” என்று கைநீட்டிக் காட்டினார்.

நாராயணசாமி பார்த்துவிட்டு, “என்னவோ தெரியலெ. ஆனா ராமசாமியின் சாயல் இருக்குது. இருந்தாலும் கால் எடுத்துப் போடுவதையும், கழுத்து அசைப்பதையும் பாருங்க. என்ன, ராமசாமி இப்படியா நடப்பான்?” என்றான்.

இவர்கள் இப்படிப் பேசப் பேச அந்த மனிதரே வந்து விட்டார். அவரைக் கண்டவுடன் மணியக்காரர் மரியாதைக் கும்பிடுடன் அமோகமாக வரவேற்றார்.

"அடடா, எங்களை எல்லாம் மறந்துவிட்டீங்களா? ஏனோ உங்க ஊரையுட்டே அடி எடுத்து வைப்பதில்லையே! இன்றைக்கு மழை கட்டாயம் வரும்" என்றார்.

"என்னைக் கண்டதும் மழை வருகிறதானா நித்தம் உங்க ஊருக்கு வந்திட்டுப் போவேனே! என்ன முதலியாரே, உங்க மணியக்காரர் சொல்றதைப் பாரப்பா" என்றார் வந்தவர்.

"எந்தப் புற்றிலே எந்தப் பாம்பு இருக்குமோ? நீங்களும் தான் வந்து பாருங்களேன். ஒருவேளை வெங்கமேட்டார் வந்தால் மழையும்தான் வருமோ என்னவோ!" என்று நாராயண சாமி சொல்லவும், "கடகட"வென அங்கே சிரிப்பொலி கிளம்பியது.

அதற்குப் பின் கொஞ்சநேரம் பேசிக்கொண்டிருந்தனர். "அப்புறம், ஏனப்பா நீங்கள் இத்தனை பேர் இருந்தும் சின்னப்பன் நிலத்தை வெளியூராருக்கு விக்க விடுவதா? நீங்க யாராச்சு வாங்க ஐவேஜு இல்லையா?" என்று வெங்கமேட்டுக்காரர் கேட்டார்.

"என்ன அது? என்ன சொன்னீங்க?" என்று இருவரும் ஏககாலத்தில் கேட்டனர். இவர்களுடைய ஆச்சரியத்தையும், முகத்தில் பரவிய திகைப்பையும் கண்டு வெங்கமேட்டார், "உங்களுக்கு அப்படியானா இந்தப் பேச்சே எட்டவில்லையா?" என்றார்.

முதலியார் விடாது, "யாரோ சொன்னாங்க. ஆனா அந்த ஆளுக்கு வாங்க முதல் ஏது என்று நெனச்சோம்" என்றான்.

"முதல் ஏதா? என்னுங்க நம்ம சரளைக்காட்டாரு மவன் குட்டியப்பன், கை இப்போ தணிவாகவா பேசுதுங்க? இந்த வருஷம் பருத்தியிலே இரண்டு பெரிய காகிதத்துக்கு மேலே அடிச்சுட்டானுங்களே" என்றார்.

"அப்படியா? சரளைக்காட்டார் மவன் வாங்குறாங்கின்னு உங்ககிட்ட ஆரு சொன்னது!"

மணியக்காரரின் குழப்பத்தையும் கலக்கத்தையும் கண்ட முதலியார் கோபப் பார்வையுடன் கண்ணடித்துக்கொண்டே, "இப்படித்தான் கேளான் மாதிரி பேச்சுக் கிளம்பும், பின்பு அடங்கிப்போகும்" என்றான்.

"அப்படியில்லையப்பா; எங்கிட்டயே குட்டியப்பன் சொன்னான். இப்போ அவன் யோசிக்கிறதெல்லாம் பூமியைப் பத்திக்கூட அல்ல. சின்னப்பன் அண்ணன் ஊட்டுக்காரி

ஆர். ஷண்முகசுந்தரம்

குறுக்கே பூந்துக்கிட்டு விளாறு விடறாளாம். இதுக்குத்தான் பிடியாப் பேச்சுக் கொடுக்கமாட்டீங்கறான்.''

இதைக் கண்ட இவர்களிருவரும் இன்னம் பூரா விபரங் களையும் கிரகிக்கலாமென, “ஊரிலே ஒரு ஏழை எளிய கைம்பெண் இருந்தா, இருப்பதா எங்காவது ஓடிப்போவதா? உங்களுக்கே தெரியுமே, சின்னப்பன் ஆளோடு ஆளாக இருந்தவன்தானே? அவன் அண்ணன் தோன்றி கஷ்டப்பட்டுச் சம்பாதித்தான். அவன் குடுத்துவைக்காமல் போய்விட்டான். என்னவோ இருக்கிறவரையிலும் ஒழுங்காக இருந்தான். செத்தவனைப்பத்தி பேசி என்ன பயன்? இல்லெ, இதை எதுக்குச் சொல்ல வந்தேன்னா, அப்படிப் பிழைச்சவன் பெண்ணும், பெண்டாட்டியும் திண்டாடட்டும்னு விட்டுட்டு எல்லாத்தையும் சின்னப்பன் தானே சுருட்டீட்டு போவட்டும் எங்கிறீங்க! அவ்வளவுதானே?'' என்றார் மணியக்காரர்.

வெங்கமேட்டார், “அப்படியும் அந்த அக்ரமம் நமக்கு வேண்டாம். ஏதோ கால், அரை அவளுக்கும் ஒதுக்கிடச் சொல்லலாம்.'' என்றார்.

“இதென்ன தானம் கொடுக்கிறமாதிரி. அவள் ஏன் அப்படி வாங்கிக்கொள்றாள்? தன் புருஷன் சொத்தில் பாதி வந்தால் வரட்டும். இல்லாதுபோனா வேண்டியதில்லைண்ணு அவள் சொல்லீட்டிருக்கிறாள்'' என்றார் மணியக்காரர்.

“வேண்டாம் என்றால் அதையும் இழந்துவிடவேண்டியது தான். அவன் ஒரேயடியாக இல்லை எங்கிறான்னு வச்சிக்கு வோம்! சின்னப்பனிடம் இவள் எப்படி வாங்குவாள்?''

“அதென்ன நீங்க அப்படிச் சொல்றீங்க! எப்படியும் நியாயம் இவளுக்கு இருக்கும்போது வாங்காமலா விடுவாள்? அதெற் கெல்லாம் நீங்க இருக்கிறீங்களே'' என்றார் மணியக்காரர்.

வெங்கமேட்டார், “நாங்க இருந்து என்ன சாமி செய்றது? இவளுக்கு பங்கு பாகை சரியாகக் கொடுக்க வேணுமிண்ணா கேட்பவர்கள் சிரிப்பார்களே!'' என்றார்.

மணியக்காரா சற்று வேகமாக, “நீங்கள் ஒரே பேச்சைத் திருப்பித் திருப்பிப் பேசுகிறீங்க. கதையைச் சொல்லி விடுவித்தால் கேக்க ஒத்துக்கொள்வானா, மாட்டானா? சின்னப்பன் குறுக்கே கிடந்த துரும்பை எடுத்தவனல்லவே. . . . .'' என்றார்.

“ஆமா, ஆமா அதுவும் அப்படித்தான். எப்படியும் சின்னப்பன் போயிட்டால் கச்சை, கிச்சை ஒண்ணும் இருக்காது'' என்று வெங்கமேட்டார் கூறி முடிப்பதற்குள், “இப்போது இருந்துதான் என்ன அரக்கீட்டான்?'' என்றான் முதலியார்.

வெங்கமேட்டார், "அப்படியா? கட்சியின்னு பேருக்கு ஒருத்தன் இருந்தாக்கூட கட்சிதான். அவன் பங்காளிகளும் நாலுபேர் அவனை விட்டுவிடுவாங்களா? என்னமோ அவன் மச்சினன் கெட்டிக்காரனா இருந்தா அவன் ஏன் போறான்? அது போவட்டும், இந்தக் கெட்டியப்பன் அங்கே கொஞ்சம் எடவாடுங்கறாங்களே! கடைசியிலே பொம்பளெ முண்டை பேரைக் கெடுத்திட்டா! இந்த எளவு அசங்கியமல்லவா?" என்றார்.

"நீங்களே இப்படி ஆரம்பிச்சுட்டா அப்புறம் யாரை என்ன சொல்ல இருக்கிறது? நாகம்மா சங்கதி உங்களுக்குத் தெரியாதா? இத்தனை வருசமா இல்லாமே இனியா அவ அப்படித் திரியப்போறாள்? சே, சே, என்னத்தைச் சொல்றது போங்க" என்றார் மணியக்காரர்.

"ஆமாமாம். அந்த மசப்புள்ளெ அப்படியெல்லாம் போக மாட்டாள். சரி, சரி எல்லாம் பார்ப்போம், இண்ணைக்கு சாவகாசமாகப் பேசமுடியலெ, இன்னொரு நாளைக்கு வர்றேன்" என்றார் வெங்கமேட்டார்.

"எங்களுக்கும் நேரமில்லெ. அடடா, பொழுதே போயிட்டதே! சரி போய்வாங்க" என்று இருவரும் மேலே நடந்தார்கள்.

○

அத்தியாயம் 19

சின்னப்பன் ஊரிலிருந்து வந்துவிட்டான். ஆனால் தான் போய்வந்த விவரத்தையும், மைத்துனன் உடல் நிலையைப் பற்றியும் இரண்டே வார்த்தையில் சுருக்கமாகக் கூறினான். வேறு அதிகப்படியாக ஒன்றுமே சொல்லவில்லை. அவன் வருகையை எதிர்பார்த்துக்கொண்டிருந்த ராமாயி, எப்படியோ ஏதோவெனக் கலங்கினாள். ஆள் சோடையற்றிருப்பதையும், முகம் கருகிவழிந்து, கண் உள்ளேபோய் கவனமில்லாதிருப் பதையும் கண்ட அவள், ஏதாவது தன்னிடம் சொல்ல அஞ்சி மறைக்கிறானோ என்றுகூட நினைத்தாள். ராத்திரி படுக்கைக்குப் போகுமுன்பு கணவனிடம், "எப்படி இருக்குது தேவலாமா?" என்றாள். இதே கேள்வியை இதற்குமுன் அவனிடம் எண்ணற்ற முறை கேட்டிருக்கிறாள். ஆனாலும் அவள் மனம் என்னவோ சஞ்சலித்துக்கொண்டே இருந்தது.

"இல்லை அப்படியேதான் இருக்குது."

"அப்படினா இன்னம் நோக்காடு நீங்கலயா? எப்படித் தான் இருக்குது? நல்லாச் சொல்லுங்கோ. கட்டிலே உட்டு எழுந்திரிக்க முடியலயா? சோறு, தண்ணீ குடிக்கிறானா என்ன?"

"அதெல்லாம் எப்போதும்போல் திங்கறான், ஆனா, நரம்பு தான் அடிக்கடி பளீர் பளீர்னு தொந்தரவு கொடுக்குது. படுத்தாலும் உக்காந்தாலும் பொறுக்க முடியலீங்கறான்" என்று சின்னப்பன் சொன்னான்.

ராமாயிக்கு வருத்தம் தாங்கமுடியவில்லை. சகோதர வாஞ்சையில் அவள் உள்ளம் பொருமிக்கொண்டிருந்தது. எங்கோ தூரத்தில் நெளிந்து புரண்டு அவஸ்தைப்படுகிற அவள் தமையனுடைய சங்கடத்தைக் கற்பனை பண்ணி உபாதைப்பட்டாள். அவள் கண்களில் கண்ணீர் திரண்டது.

விம்மலுடன், "இப்போது ஏதாச்சு பண்டிதம் பாக்கறாங் களா? எப்படித்தான் இருக்குது?" என்று கேட்டாள்.

சின்னப்பனுக்கு இக்கேள்விக்கு என்ன பதில் சொல்வ தென்று தெரியவில்லை. ஓயாது "எப்படி இருக்கிறான், எப்படி இருக்கிறான்'' என்றால் எதைச் சொல்வது – ''ஒண்ணும் செய்திடாது'' என்று மட்டும் சொன்னான். அதே சமயம் 'கடி கடீ'ரென்று தலைக்குமேல் கூரையிலிருந்து பல்லி சொல்லிற்று. இருவர் மனத்திலும் சுருக்கென்றது. ஏனெனில் அந்த இடத்திலிருந்து சொல்லும் பல்லி மகா கெட்டது என்று சொல்வதுண்டு.

''ஐயோ இந்த நச்சுக் கெரகம் சொல்லுதே'' என்றாள் ராமாயி.

சின்னப்பன், "உச்சத்தில் சொன்னா அச்சமில்லெ, நல்லது தான்'' என்றான் சற்று திடமாக.

அவளுக்கு உடனே போய்த்தான் பார்த்துவிட்டு வந்து விடலாமே என்ற ஆவல். ஆனால் தலைக்குமேல் காத்திருக்கும் வேலையெல்லாம்தான் அவளுக்குத் தெரியுமே. பருத்தி எடுத்து முடிப்பதற்குள் கம்மங்காடு விதைப்பு வந்துவிடும். இந்த ஒரு வாரமாக சின்னப்பன் இல்லாததினால் எவ்வளவோ காரியங்கள் தடைப்பட்டுப் போய்விட்டன. அடுத்தடுத்து இப்படி ஊர்ப்பயணம் போனால் குடும்பம் முன்னுக்கு வந்தமாதிரிதான்! எந்தக் குடியானிச்சிதான் இதற்குச் சம்மதிப் பாள்? இதையெல்லாம் யோசித்தே அவள் தன் கணவனிடம் வாய் திறக்கவில்லை. காலையில் சின்னப்பன் தோட்டத் திற்குப் போனான். எதிரில், குறுக்கே, அங்கே, இங்கே காணு பவர்களெல்லாம், ''அடே எங்கே சின்னப்பா பத்துநாளாக் காணோம்? உம், மச்சினனுக்குத் தேவலையா? அது என்ன? நரம்புச் சுளுக்குதானே? நம்ம சிக்கிரிச்சிபாளையம் வண்ணான் மந்திரிப்பதில் சூரனாச்சே, கூட்டிவந்து காட்டினீங்களா?'' என்று தங்கள் அனுதாபத்தையும், பரிகாரத்தையும் பலவித மாகத் தெரிவித்தார்கள். சின்னப்பன் எல்லாவற்றிற்கும் அப்படியப்படியே பதில் சொல்வதற்குள் அவனுக்குப் போதும் போதும் என்றாகிவிட்டது. இவர்கள் எல்லோரையும்விட மாரமூப்பன்தான் வாட்டி வளவெடுத்துவிட்டான் "நரம்புச் சுளுக்காம்! இதுக்கு படுத்துக்கொள்வதாம். கொஞ்சம் விளக் கெண்ணெய் போட்டுத் தேய்த்தால் ஓடிவிடுகிறது! இல்லா விட்டால் வாய்க்காலில் திடுதிடுவென்று மடை தண்ணீர் விழுகையில் உட்கார்ந்து வலிக்கிற இடத்தைக் காட்டினால் பறந்துவிடும். அப்படியும் தீரவில்லையானால் ஆத்தாள் பேரைச் சொல்லி பிடி சாம்பலைப் போட்டு ஒரு மஞ்சள் துணியை எடுத்து காணிக்கை முடிந்து வைத்துவிட்டு, மேலைக்கு ஒரு ஆடு வெட்டினால் போகுது. இதுதான் எல்லாம் தெரிந்தவர்

களுக்குக் கொஞ்சம் தெரியாது என்பார்கள்" என்று தன் மேதாவிலாசம் முழுதும் காட்டிவிட்டான். சின்னப்பனுக்கு, "ஆமாம் ஆமாம்" என்று சொல்வதைத் தவிர வேறு வழி யில்லாது போயிற்று.

ராமாயியிடமும் இப்படித்தான் சகலரும் விசாரித்த வண்ணமிருந்தனர். பருத்திக் காட்டிற்குள், "என்ன ராமாயி, உன் அண்ணனுக்கு எப்படி இருக்குது?" என்பாள் ஒருத்தி. மற்றவள், "ஐயோ பாவம்! இந்த அக்காளுக்கு இப்படி மிசிறநேரம் இல்லாமே இருக்குதே! இல்லாதே போனா இங்கே நிப்பாளா? இப்பவும் உயிர் அங்கேயும், கட்டை இங்கேயுமாத்தான் இருக்கிறாள்" என்பாள்.

வேறொரு பெண் குனிந்த தலை நிமிராமலே, "அதுவும் பொல்லாத நோக்காடுதானம்மா. எங்க ஐயனுக்கு அதுதானே எமனாக முடிந்தது" என்பாள். கொஞ்சம் இளகிய மனது டையவள், "என்ன பண்ணிப்போடும்? நீ யாருக்கு சூதுவாது செய்ய நினைத்திருக்கிறாய்! மலைபோல் வந்தாலும் பனி போல் நீங்கிவிடும். ராமாயி, ஆரு என்ன சொன்னாலும் நீ காதில் போட்டுக்காதே" என்று ஆறுதல் கூறுவாள்.

இவ்வித ஆறுதலும், அனுதாபமும் கிடைத்தாலும் அவள் மனது சாந்தமடையவில்லை. என்று நல்ல சேதி வரும் என்ற ஏக்கத்திலிருந்தாள்.

ஒருநாள் காலை ராமாயி வீட்டு வேலைகளை மும்முர மாகக் கவனித்துக்கொண்டிருந்தாள். வாசலில் பாத்திரங்கள் எல்லாம் துலக்குவதற்கு எடுத்து வைக்கப்பட்டிருந்தன. அருகி லிருந்த கூரைமேல் ஒரு காகம் வந்து உட்கார்ந்து கத்தியது. அந்தச் சத்தத்தைக் கேட்ட ராமாயியின் முகம் மலர்ந்தது. "இன்றைக்கு ஊரிலிருந்து யாராவது வருவார்கள்" என்று மனதிற்குள் சொல்லிக்கொண்டாள். ஆனால் சற்று நேரத்தில் ஏழெட்டுக் காகங்கள் எங்கிருந்தோ வந்து கத்தவே, அவள் கையைப் பலமாகத் தட்டினாள். காகங்கள் போவதாகக் காணோம். பறப்பதும் உட்காருவதுமாகவுமே கத்திக்கொண்டிருந்தன.

"இதென்னடா எழவாயிருக்குதே" என்று சின்னப்பன் அங்கு வந்து ஒரு கோலை எடுத்து வீசினான். காக்கைக் கூட்டம் கண்காணாது பறந்தது.

ராமாயி காரணமற்ற பயத்துடன், "காக்கை கத்தினா ஒண்ணும் கெட்டதில்லையே?" என்றாள்.

சின்னப்பன், "வருவது வழியிலா தங்கப்போறது" என்றான்.

அத்தியாயம் 20

துக்கமும், சுகமும் மாறி மாறி வருவதுதானே? துக்கம் வந்தால் சோர்வடைவதும், சுகம் வந்தால் களிப்படைவதும் ஆழ்ந்தோர் செய்கையாகுமா? இந்தத் தத்துவத்தை உணர்ந்தவள் போலத்தான் நாகம்மாள் சோகத்தில் கலந்து குடும்பத்தில் எவ்விதப் பேச்சும் வைத்துக்கொள்ளவில்லை. ஆனால், 'ஓடு மீன் ஓட உறு மீன் வருமளவும் வாடியிருக்கும் கொக்கைப்' போல் தன் காரியத்தில் கண்ணாயிருந்தாள். அடைபட்ட சிங்கம் அறுத்துக்கொண்டு போக முயலும் வேகத்தில் அவர்களிடமிருந்து பிரிந்து செல்ல ஆயத்தம் செய்துகொண்டிருந்தாள்.

முன்பொரு நாள் அந்திவேளையில் அவள் கெட்டியப்பனைச் சந்தித்த அதே குடிசையில் இன்று நாகம்மாளைக் காண்கிறோம். ஆனால், முன்னதற்கும், இப்போதைக்கும் எவ்வளவோ வித்தியாசம். மனிதர்கள்தான் மாறுகிறார்கள் என்றால் குடிசையுமல்லவா மாறிக்கொண்டிருக்கிறது! அச்சின்னஞ்சிறு குடிசை ஏனோ வேண்டா வெறுப்பாகத் தன்மீது போர்த்தியிருந்த தென்னங்கீற்றுகளைத் தூக்கி எறிந்துவிட்டது. என்ன கோபமோ! இரண்டொரு சட்டங்களும் பெயர்ந்து 'போகட்டுமா, நிற்கட்டுமா?' என்று கேட்பதைப் போல் ஓரங்களில் தொங்கிக்கொண்டிருக்கின்றன. அதோடு குடிசையைக் கபளீகரம் செய்யக் கிளம்புவதே போன்று சுற்றிலும் செடிகள் அடர்த்தியாக வளர்ந்திருந்தன. முன்பு துளி வெளிச்சத்தையும் புக விடாது தடுத்த குடிசை இப்போது பால் நிலவைக் கொட்டிக் கொள்கிறது! ஒருவேளை சந்திர வெளிச்சத்தின்மேல் ஏற்பட்ட மோகமாயிருக்கலாம்.

கெட்டியப்பன் ஏதோ பிரமாதமாக யோசித்துக்கொண்டிருந்தான். என்ன இவன்கூடவா விஷயங்களை இங்ஙனம் ஆழ்ந்து சிந்திக்கிறான்? என்று ஆச்சரியம் எழலாம். ஆம்;

ஆர். ஷண்முகசுந்தரம்

நல்லதோ கெட்டதோ எதற்கும் யோசனை வேண்டித்தானே இருக்கிறது?

நாகம்மாள் அவனுக்கு எதிரில் சற்றுத் தள்ளி குடிசை வாயிலைப் பார்த்தபடி உட்கார்ந்திருந்தாள். வெகு தூரத்திற் கப்பால், வேலிக் கோடியும், அதற்குப் பின்னும் அவள் கண்களுக்குத் தெரிந்தன. எங்கும் வெண்காந்தி உள்ளத்தை அள்ளிக்கொள்ளும்வண்ணம் குளிர்ச்சியுடன் படர்ந்து கிடந்தது.

"என்ன சும்மாவே இருக்கிறாயே! உனக்காக நான் எவ்வள வெல்லாம் செய்து தயாராக வச்சிருக்கிறேனே!" என்றான் கெட்டியப்பன்.

நாகம்மாள் எங்கோ பார்த்துக்கொண்டே, "அப்படி என்ன பண்ணிவிட்டாய்? சின்னப்பன் என்னைக் கூப்பிட்டு ஒண்ணும் கேக்கலையே" என்றாள்.

"நீ இப்படி இருந்தா கேக்காதிருப்பது மட்டுமா? சொல் லாமலே போய்விடமாட்டானா?" என்றான் கெட்டியப்பன்.

"எங்கே?"

"எங்கேயா?"

"பின்னே சொன்னாலல்லவா தெரியும். எங்கே அந்த சனியன் பிடிச்சவ ஊருக்கா?" என்று சற்று ஆத்திரத்துடன் கேட்டாள்.

"பின் வேறெ எங்கே?"

நாகம்மாள் பெருமூச்சுடன், "சரிதான் நிச்சயமாயிட்டதா எல்லாம்? எனக்குத் தெரியாதே!" என்றாள்.

"உனக்கு எதுதான் தெரிஞ்சு இருக்குது? இனி கிணத்திலே போட்ட கல்லுமாதிரி, சும்மா இருந்து சுகமில்லை, உடனே இரண்டில் ஒன்று சொல்லச் சொல்லு" என்றான் கெட்டியப்பன்.

நாகம்மாள் என்னவோ ஞாபகப்படுத்திக்கொள்ள முயலுகிறவள்மாதிரி தலையைக் குனிந்துகொண்டு ஆலோசித் தாள்.

கெட்டியப்பன் கை நெட்டை எடுத்துகொண்டே, "நீ என்னதான் பண்ண உத்தேசித்திருக்கிறாய்? கள்ளன் போன மூணாம் நாள் கதவை இழுத்துச் சாத்தி பிரயோசனமென்ன?" என்றான்.

"சரி, நாளைக்கு நான் கட்டாயம் கேக்கறேன். ஆமாம், என்ன சொல்லுவாங்க? நான் சொல்றதைக் காதிலே போட்டுக்கு வாங்களா, மாட்டாங்களா?"

"இதென்ன இது? குழந்தை பிறக்கிறதுக்கு முன்னாலே பெண்ணா, ஆணா என்று கேட்பதைப் போலிருக்கிறதே! நீ கேளு, சரியாக ஒத்துவந்தாச் செரி. இல்லாத போனா ஊர் கூடி நாயம் போடலாம். பத்துப்பேர் முன்னாலே வந்து சொல்லட்டும். இதை எல்லாம் மணியக்காரர் ஊட்டிலே பேசியிருக்கிறோம். நீ ஒண்ணப்பத்தியும் அஞ்சாதே. என்ன வந்தாலும் மணியக்காரர் தாக் காட்டுவார். நீ சும்மாயிரு. சின்னப்பன் எப்படி இல்லீன்னு கையை விரிப்பானோ பார்ப்போம்."

"இதில் இன்னொரு பாவி வந்து குறுக்கே நிக்கறாளே? அந்த எமன் இல்லாது போனா பரவாயில்லெ. சாமி வரம் கொடுத்தாலும், பூசாரிக்கு மனம் வராதே" என்றாள் நாகம்மாள்.

கெட்டியப்பன் கொஞ்சம் எக்களிப்பாக, "அவதான் தொலஞ்சிட்டாளே. அவ மகனை எடுத்து நடு ஊட்டிலே போட்டிருக்கும்போது நிப்பாளா?" என்றான்.

நாகம்மாள் மனதில் இந்த வார்த்தைகள் சுருக்கெனத் தைத்தது. முகத்தைச் சுளித்துக்கொண்டு, "சும்மா ஏன் சத்தம் போடறாய்? யாராச்சு இந்தப் பக்கம் வரப் போறார்கள்" என்றாள்.

"இங்கே எவன் வருவான்? நீ ஏன் இப்படி பயந்து சாவரே?"

நாகம்மாள் எழுந்தாள். அவள் எழுந்துவிட்டாளென்றால், மின்னல் வேகத்தில் மறைந்துவிடுவாள். "சரி நான் போகட்டுமா?" என்று அவள் கேட்கு முன்பு சடக்கென கெட்டியப்பன் கை உயர்ந்தது! ஆனால் யாது காரணத்தினாலோ, அப்படியே கையைப் பின்னுக்கு இழுத்துக்கொண்டான்.

நாகம்மாள், "அதோ வேலிக்கு மேலே நிலா வந்துவிட்டது. கிழக்காலக் காட்டை சுத்திப்பாத்து வர நேரமாச்சு என்றுதான் சொல்லோணும்" என்று கூறிவிட்டு திரும்பிப் பாராமல் நடந்தாள். கெட்டியப்பன், குடிசைக்கு முன்னால் அவள் போவதைப் பார்த்தபடியே நின்றுகொண்டிருந்தான். செடி, கொடி, மரம், மட்டை, வானம், பூமி சகலமும் நிலவில் குளித்துக்கொண்டிருந்தன. சுற்றிலும் ஒரே நிலாக் காடு. அந்த மனோகரமான மயக்கத்தைத் தாங்கமாட்டாது தானோ என்னவோ, கெட்டியப்பன் கீழே கிடந்த தென்னந்தடுக்கின் மேலே தலை சாய்த்தான்.

நாகம்மாள், வீட்டு வாசல்படியில் அடியெடுத்து வைத்தாளோ, இல்லையோ, "யார் அது" என்று கோபத்துடன் சின்னப்பன் கேட்டான்.

ஆர். ஷண்முகசுந்தரம்

"ஏன்?" என்றபடியே மேலே நடந்தாள். சின்னப்பன் எழுந்து வந்து, "என் மானம் போகுதே" என்றான் சற்றுக் கடினமாக.

"மானமும் கீனமும் போறது ஏனோ? அப்படி ரோசக்காரராயிருந்தா, பிரிச்சு விடுங்களேன்" என்று நாகம்மாளும் அதே தொனியில் சொன்னாள்.

எதிர்பாராத இப்பதிலால் திகைப்படைந்தாலும் சட்டென, "உங்களை யார் கட்டிப் போட்டிருக்குறாங்க நல்லா பிரிஞ்சு கொள்ளலாமே" என்றான் வேகமாக.

"எனக்கு உண்டான பங்கை ஒதுக்கீட்டால் விலகிக் கொள்கிறேன். உங்களுக்கு வேணுமானால் ஒரு கும்பிடுகூடப் போட்டுட்டு போயிடறேன்" என்றாள்.

சின்னப்பனுக்குக் கோபம் முன்னிலும் அதிகமாகப் பொங்கிக்கொண்டு வந்தது. இத்தனை நாளாக யார் யாரோ சொல்லியதைக்கூட காதில் போட்டுக்கொள்ளாமல் விட்டிருந்தான். இன்றுதான் தெரிந்தது. "ஓஹோ பங்கு வேண்டுமா? சரி எந்தக் காமாட்டிப்பயல் கேட்கச் சொன்னானோ அவனை வரச் சொல்" என்று உக்கிரமாக மொழிந்தான்.

நாகம்மாளும் 'கப்சிப்' என அடங்கிவிட்டாள். சின்னப்பனுக்குப் பங்கு கேட்டவள் பேரில்கூட அவ்வளவு கோபம் இல்லை. அவளைத் தூண்டிவிட்டு வேடிக்கை பார்க்கிறவர்கள் மேல்தான் அபார கோபம் வந்தது. "பாக்கலாமே இவர்கள் சமர்த்தை! எப்படித்தான் வாங்கிவிடுவார்களோ?" என்று இன்னும் கண்டபடி வைதுகொண்டு அப்பால் சென்று விட்டான்.

○

அத்தியாயம் 21

திருடன் புகுந்த வீடுமாதிரி சாமான்கள் கண்டபடி ஒழுங்கின்றி, அலங்கோலமாகச் சிதறிக்கிடந்தன. படுக்கை பாய் சுருட்டி வைக்கப்படவில்லை. புகையிலைக் காம்புகளும், பாய் கோரைகளும், காய் தொல்லிகளும் இன்னம் பல தினுசான தூசி துப்புகளும் பெருக்காததால் எங்கும் நிறைந்திருந்தன. எதற்கோ இறக்கி வைத்த பானை ஒன்று அடுக்கேறாமல் கீழே தனித்திருந்தது. அடுப்பு நிறைய கிடந்த சாம்பல் வழித்தெறியவரும் ஆசாமி எங்கே என்று காத்திருந்தது. ஏன் இப்படி? தினம் இவ்விதம் வீடு இருந்தது கிடையாதே! இன்று மட்டும் யாது காரணம் என்று கேட்டால், கடந்த இரவு நடந்த சம்பவத்தின் விளைவுதான் இவ்வளவும் என்று சொல்ல வேண்டும். ராமாயி என்னவோ கனாக் கண்டவள்போல உட்கார்ந்திருந்தாள். விடிந்தது தெரியும். கோழி கூப்பிட்டது தெரியும். தன்னுடைய கணவன், "பாலை அடுப்பிலே வச்சிருக்கிறேன். ஏதாவது பூனை, கீனை உருட்டி விடப் போவுது" என்று சொன்னதும் தெரியும். ஆனாலும் என்ன? அவள் மனத்திற்கு ஒன்றும் தெரியவில்லை. முழுவதும் விளங்காத விடுகதையைப் போல் நெரடாக இருந்தது. சரி, இன்னும் எவ்வளவுநேரம் அப்படியே இருப்பாளோ பார்ப்போம்.

நாகம்மாள் கண்காது தெரியாமல் இழுத்துப் போர்த்துக் கொண்டு தூங்குகிறாள். தூங்குகிறாளோ விழித்திருக்கிறாளோ! அடித்துப் போட்டமாதிரி அசையாது இருக்கிறாள். முத்தாயா, 'அம்மா, அம்மா' என்று கூப்பிடுவதும், ராத்திரி தின்ன மறந்த கருப்பட்டியை ருசி பார்ப்பதுமாய் இருந்தாள். சின்னப்பன் வழக்கப்படி வெகு நேரத்திலேயே படுக்கையை விட்டு எழுந்து விட்டான். ஆனால் வெளியே செல்லவில்லை. காலையில் எழுந்ததும் எழாததுமாய் வெளியில் வரும்போது 'பட்' என்று

நெலவு அடித்தது, 'ஆ' என்று அடிபட்ட இடத்தைத் தடவிக் கொண்டே வாயிற்படியில் இறங்கினான். 'என்ன துர்ச்சகுனமோ விடிந்ததும் விடியாததுமாய்' என்று கலவரத்துடன் பாலைக் கறந்து கொண்டுவந்தான். இன்று ஏனோ தோட்டம் போக அவனுக்கு மனம் இல்லை. ஆனால் சும்மா இருக்கப் பிடிக்க வில்லை. ஒரு மாதமாகக் கட்டுத் தரைக்கு ஒரு முளை வேண்டி யிருந்தது. இன்று செய்து முடிப்போமென்று ஒரு வேப்பங் கொம்பை எடுத்து செதுக்க ஆரம்பித்தான். சின்னப்பன் 'லொட், லொட்' என அரிவாளினால் வெட்டும்போது சிறு சிறு மரத் துண்டுகள் தெறிக்கும். முத்தாயி அவைகளை ஒன்று விடாது பொறுக்கி விளையாட விறகு சேர்த்துக் கொண்டிருந்தாள். "இதுதான் சாதம் செய்ய, இதுதான் குழம்பு செய்ய" என்று முத்தாயா சொல்லும்போதெல்லாம், சின்னப்பன் மெதுவாகச் சிரிப்பான். சில சமயம் துண்டுகள் விழாதபோது குழந்தை அருகில் வந்து, "என்ன சின்னய்யா எனக்கு வெறகு கொடுக்க மாட்டாயா?" என்று கேட்பாள். அவனுக்கு அது ஒன்றும் காதில் விழாது. ஆயிரம் யோசனை கள் அவன் உள்ளத்தில் ஊசலாடிக்கொண்டிருக்கையில் குழந்தையின் கேள்வி எங்கே பதியப் போகிறது? "என்ன நாகம்மாளா பங்குப் பேச்சைக் கிளப்பியிருக்கிறாள்? இவளுக்கா இந்த யோசனை உதித்தது? இருக்காது. இவ்வளவு நாளாக தாய்போன்று ஒற்றுமையாகக் குடும்பத்தை நடத்தியவளா பிரிக்க முயல்கிறாள்? நல்ல தனம் திடீரென்று மறைந்துவிடுவதும் உண்டோ?" என்று எண்ணுவான்.

"நல்ல தனமா? இப்பாதகி எப்போதும்தான் மனத்தில் இப்படி விஷத்தை வைத்துக்கொண்டிருந்தாளோ என்னவோ!" ஆனால், அடுத்த கணமே, "இல்லை இந்த வெள்ளை மனதில் இப்போதுதான் யாரோ கரியைத் தடவிவிட்டார்கள். ஆனால் அவன் யாராயிருந்தாலும் சரி, பிரம்மாவாயிருந் தாலும் பார்த்துவிடுகிறேன்" என்று தனக்குத்தானே கோபப் படுவான்.

பொழுது வேலிக்குமேல் வந்துவிட்டது. வெயில் சுள்ளென்று அடித்தது. பந்தக்காலில் கட்டியிருந்த ஆட்டுக்குட்டி, 'ம்மா, ம்மா' எனக் கத்தியது. அதைத் தொடர்ந்து எங்கோ ஒரு சேவல் 'பட பட' வென இறக்கையை அடித்துக்கொண்டது. "ஏண்டா யாரடா வேலியோரம் ஆட்டை உட்டது" என்று ஒரு பெண் குரலும் ஓங்கி எழுந்தது. சின்னப்பன் குடலறுந் தவன்போலக் காரணமின்றித் திடுக்கிட்டுப் பின்னும் தன் காரியத்தைத் தொடங்கினான். ராமாயி அவன் அருகில் வந்து நின்றாள்.

“ஏதாவது வேலை இருந்தால் போய் பார்க்கிறதுதானே? ஏன் இப்படி பனைமரம் மாதிரி நின்றுகொண்டிருக்கிறாய்?'' என்றான்.

ராமாயி சுற்றிலும் பார்த்துவிட்டு உள்ளே போனாள்.

மத்தியானம் வரையில் சின்னப்பன் முளை செதுக்கு வதிலேயே இருந்தான். அதற்குள் ராமாயி வீட்டு வேலைகளை யெல்லாம் செய்து முடித்துவிட்டு தன் கணவனைச் சாப்பிடக் கூப்பிட்டாள். சின்னப்பன், ''நான் அப்புறம் சாப்பிட்டுக் கொள்கிறேன். குழந்தையைக் கூப்பிட்டு சாதம் போடு'' என்று சொல்லிவிட்டான்.

ராமாயி மெதுவாக, “அக்கா இப்பொழுதுதான் எழுந் திருந்தாள் போலிருக்குது. சாப்பிடக் கூப்பிடட்டுமா” என்றாள்.

“தினம் கூப்பிடுகிறதுதான் வழக்கமா?”

“இல்லெ, இல்லெ ... ...'' என்று இழுத்தாள் ராமாயி.

“கோவிச்சிட்டு பேசாதிருந்தாலும் இருப்பாள். ஒரு பேச்சு கூப்பிட்டதினால் என்ன குறைஞ்சு போயிடும்?''

சின்னப்பனும் மனுஷத்வம் உள்ளவன்தான். ஹிருதய மற்ற போக்கே அவனுக்குப் பிடிக்காது. என்னவோ தெரியாத் தனத்தில் கேட்டிருப்பாள் என்று நினைத்தான்.

''சரிதான் போய்க் கூப்பிடு'' என்றான்.

ராமாயி உடனே குழந்தையைத் தேடுகிறமாதிரி, “முத்து இங்கேயா இருக்கிறாய்?'' என்று கேட்டுக்கொண்டே நாகம் மாள் படுத்திருக்கும் அறைக்குள் போனாள்.

“இங்கே அவள் இல்லை'' என்று நாகம்மாளே பதில் சொன்னாள். ராமாயி கனிவுடன், ''எங்காவது அந்தப் பக்கம் இருப்பாள் அக்கா. நீயாவது வா சோறு தின்ன'' என்றாள்.

“உடம்புக்கு நல்லாயிருந்தால் நீ சொல்ல வேண்டுமா ஆயா?'' எழுந்து உட்கார்ந்து, “கொஞ்சம் சுடுதண்ணி இருந்தா கொண்டு வா'' என்றாள்.

வாஸ்தவத்தில் வெந்நீருக்கு அவசியமே இல்லை. ஆனால் நிஜ வியாதிக்காரி என்று காட்டவேண்டாமா? ராமாயி, “இதோ கொண்டாறேன், அக்கா” என்று வெளியில் வந்தாள்.

நாகம்மாள் தனக்குள், ''அதிக விறைப்பாயிருப்பதும் ஆபத்தே. முள்ளுமேல் போட்ட வேட்டியை மெள்ள மெள்ளத் தான் எடுக்கவேணும். இவர்களுக்குச் சொல்கிறேன் புத்தி''

என்று நினைத்தாள். சின்னப்பன் தலையை அசைத்து, "என்ன, சமாதானம் பண்ணினாயா" என்று ராமாயியைக் கேட்டான்.

அவள் சிரித்தாள். "ஓஹோ நீயும் தேவலாமே" என்று அவனும் சேர்ந்து சிரித்தான்.

அதே சமயம் முத்தாயி, "சித்தப்பா, ஆரோ வந்திருக்காங்க" என்று சொல்லிக்கொண்டு வெளியிலிருந்து ஓடி வந்தாள்.

"யாரது" என்று விசாரித்தவாறே சின்னப்பன் வெளியே எட்டிப் பார்த்தான். வாசலில் சக்கிலியாள் நின்றிருந்தான். சின்னப்பனுக்கு அவனைக் கண்டதும் பாதி விஷயம் விளங்கி விட்டது. மைத்துனன் காரியம் தாட்டிவிட்டது, அவ்வளவு தான். "என்னடா?" என்று சின்னப்பன் வாய் திறப்பதற்குள், "அதுதானுங்க, பேச்சு, மூச்சு அத்துப் போச்சு. உடனே கவுண்டிச்சியோடு புறப்பட வேண்டியதுதானுங்க" என்றான். இதை அவன் சொல்லி முடிக்க முக்கால் நாழிகைக்குமேல் பிடித்தது.

ராமாயிக்கு இதைக் கேட்டதுமே அளவு கடந்த துக்கம் ஏற்பட்டது. அவளுக்குத் தெரியும். சக்கிலியாட்கள் இம்மாதிரி தான், சாவு நேர்ந்தாலும் சீக்கிரத்தில் நேரடியாகச் சொல்ல மாட்டார்கள். இதுதான் அவர்கள் வழக்கம். வேறு யாராவது பாத்தியப்படாதவர்களிடமாயிருந்தால், 'அங்கே ஒரு பெரிய காரியமாப் போச்சுங்க' என்று பளிச்சென்று சொல்லி விடுவார்கள். "இந்தப் பத்துநாளா பல்லி சொன்னது சரியாப் போச்சே" என்று ராமாயி பிரலாபிக்கலானாள். சின்னப்பன் அதறாமல், "ஏண்டா அப்படியொன்றும் பயமில்லையே? போகிறவரை பேச்சு இருக்குமுல்ல?" என்றான்.

சக்கிலி பேசவில்லை. அவன் விழியும் மௌனமும், "போய் வெகுநேரம் ஆகிவிட்டது" என்பதைத் தெரிவித்தது.

"ஏண்டாப்பா உசுரு இருந்தா சக்கிலியாள் விடுவாங்களா?" என்று கேட்டுக்கொண்டே சின்னப்பனின் பெரியப்பா வந்தார்.

"புறப்பட வேண்டியதுதான். இதோ சங்கதி தெரிஞ்சு காடு கரையிலிருக்கிறவர்கள் வந்து சேரக் கொஞ்சம் நேரமாகு மில்ல?" என்றார் பெரியவர்.

அவர் சொல்வதும் செய்வதும் சரியாக இருக்கும். அரை நொடியில் அங்கு இங்கிருந்த யாவருக்கும் செய்தியைப் பரப்பி விட்டார். அதைக் காதில் கேட்டதும் சின்னப்பனின் நெருங்கிய பந்துக்கள் புறப்படத் தயாரானார்கள்.

முதலில் நாகம்மாளும் தங்களுடன் வருவது உசிதமென நினைத்தான். ஆனால் வீட்டைப் பார்த்துக்கொள்ள ஒரு ஆள் வேண்டாமா?

ஆகையால் நாகம்மாளிடம், "நீங்க வீட்டைப் பார்த்துக் கொள்ளுங்க. அவள் அங்கிருப்பதானாலும் நான் சீக்கிரமாக வந்துவிடுகிறேன்" என்று முத்தாயாளைத் தோளில் தூக்கி வைத்துக்கொண்டு புறப்பட்டான்.

இந்த மாதிரி சமயங்களில் குரோதம் மறைவது சகஜந்தானே.

"நீங்கள் வேணுமானாலும் இருந்து வாங்க. அதற்கென்ன" என்றாள் நாகம்மாள். அவள் என்ன நினைத்துச் சொன்னாளோ நமக்குத் தெரியாது. ஆண்களும், பெண்களுமாகப் பத்துப் பதினைந்து பேருக்குப் புறப்பட்டார்கள். ராமாயி "போய் வருகிறேன்" என்று நாகம்மாளிடம் சொல்லவும் மறந்துவிட்டாள். ஆனால் நாகம்மாள் அவைகள் ஒன்றையும் லக்ஷியம் செய்ய வில்லை. "நல்ல சமயத்தில் இருவரும் போனார்கள். பொறுங்கள், உங்களைத் தொலைத்து விடுகிறேன்" என்று தனக்குள் சொல்லிக்கொண்டாள்.

O

அத்தியாயம் 22

ராமாயியினுடைய சகோதரன் இவர்கள் போவதற்கு முன்பே உயிர் விட்டுவிட்டான். ராமாயி விம்மினாள், விக்கினாள், துடித்தாள். ஆனால் அவன் எழுந்து வரவா போகிறான்?

கண்ணான என் பிறப்பைக்
காணுவது எக்காலம்?
பொன்னான என் பிறப்பைப்
போய்ப் பார்ப்ப தெக்காலம்?

என்று பிலாக்கணம் சொல்லி அழுதாள். பயன்தான் ஒன்றும் இல்லை. அவன் நாலு பேருக்கு மேலாகத் தன் கடைசிப் பிரயாணத்தையும் முடித்துவிட்டான்.

கூட வந்திருந்த ஊர்க்காரர்கள் திரும்பலானார்கள். இரண்டொருவர் சின்னப்பனிடம், "நீ வருவதற்கு இன்னும் இரண்டொரு நாள் ஆகும். பாவம்; எங்கள் மாதிரி உடனேயே வந்துவிட முடியுமா? என்னமோ சும்மா உங்க மாமியார் அழுது அழுது அரைச் சீவனாப் போறாள்" என்று கூறிச் சென்றனர்.

தடியால் அடிபட்ட மாடுபோல் சின்னப்பன் மௌன மாகவே இருந்தான். என்ன செய்வதென்று அவனுக்கு விளங்க வில்லை.

"அதிர்ச்சியிலிருந்து இடி இடிக்கத் தலைப்படுகிறதே. குடித்தனம் ஸ்திரமாக நிற்குமா?" என்று எண்ணிக் கலங்கினான்.

தன்னுடைய கனவுகள் ராத் தூக்கத்திலேயே மறைந்து மாயமாகப் போனதால் காளியம்மாள் கலங்கினாள். என்னென்ன எண்ணியிருந்தாள்! மகனுக்கு ஒத்தாசையாக மருமகனையும் தன் வீட்டிலேயே வைத்துக்கொள்ளலாம்.

நாகம்மாள்

அதோடு மருமகனது நில புலன்களை விற்ற ஆஸ்தி வேறு தன்னிடமே இருக்கும்! பார்க்கிறவர்கள் எல்லோரும் வியந்து, "ஆ காளியம்மாளின் அதிர்ஷ்டத்தைப் பார்!" என்றல்லவா பேசிக்கொள்வார்கள். இப்படியெல்லாம் பின்னிப் பின்னித் திரித்து வைத்திருந்த அவளது சிந்தனைக் கயிறுகளில் சிக்கு விழுந்துவிட்டது. இனி பிரிக்கவே முடியாதோ என்னவோ! உபயோகமற்ற ஓட்டை உடைசல் சாமான் போல், அப்பெரிய வீட்டின் ஓர் மூலையில் காளியம்மாள் விழுந்துகிடந்தாள். 'அந்தோ அம்மணி உன்னுடைய துடிதுடிப்பான நடையும், பேச்சும் எங்கே? அற்புதமான கற்பனைக் கனவுகள் எங்கே? அவையெல்லாம் காளான்போல மறைந்துவிட்டனவா?' என்று கேட்கக்கூட யாருமில்லை.

இடையிடையே 'அப்போது' வராதவர்கள், துக்கம் விசாரிக்க வந்து போவார்கள். கொஞ்ச நஞ்சம் பூத்துப்போயிருக்கும் கனலை விசிறிவிடுவார்கள். ஆனால் எத்தனை நாளைக் குத்தான் ஸ்வரம் குறையாது அழுவது? அழுது அழுதுதான் அரை சீவனாய்விட்டாளே!

ஆச்சு, ஒரு வாரமாயிற்று. காளியம்மாளின் இதய வேதனையும் சற்று மட்டுப்பட்டது. புத்திரவாஞ்சையில் விழுந்து கிடந்த உள்ளம், மகள், மருமகன் பாசத்தால் தலையெடுத்தது.

சின்னப்பனுக்கு சீக்கிரமாக ஊர் போகவேண்டுமென்று; ஆனால் எப்படிச் சொல்வது? அங்கே கணக்கற்ற வேலை களைப் போட்டுவிட்டு, இங்கேயும் இப்படிச் சும்மா உட்கார்ந்துகொண்டிருப்பதா என்று சிந்தித்தான். ஆளுக்கொரு மூலையில் சோர்ந்துகிடக்கும் பெண்களைப் பார்க்க அவனுக்குப் பரிதாபமாயிருந்தது. கடைசியாக இப்படி யிருந்தும்தான் என்ன என யோசித்து தன் மனைவியிடம், "நாம் போகாதுபோனால் அங்கே என்ன நடக்கப் போகிறது? நாகம்மாள் சங்கதி உனக்குத் தெரியாதா? உன் அம்மாவிடம் சொல்கிறதுதானே" என்றான்.

ராமாயி, "நான் அம்மாவிடம் சொல்வதென்ன? நீங்களே சொல்லுங்களேன்" என்றாள்.

சின்னப்பனும் அரை மனதாகக் காளியம்மாளிடம் தெரிவித்தான். அவளிடமிருந்து மங்கலான கம்மிய குரலில், "இன்னும் இரண்டொருநாள் பொறுத்துப் போகப்படாதா?" என்று பதில் வருமென எண்ணியிருந்த சின்னப்பன் ஏமாந்து போனான். ஏன்? காளியம்மாள் கலகலவென பேசலானாள்.

"சாமி, இனி நீதான் எனக்கு மவனுக்குப் பதில் மவன். எப்போதும் என் மவன்தானப்பா நீ. என்னவோ கடவுள்

செயல். இனி அரைக்கணம் உங்களிருவரையும் விட்டு இருக்க மாட்டேன். எனக்கு இனி உயிரோடு இருக்கலாமென ஆசை யில்லை. என்னமோ உங்களிருவருக்காகத்தான் நான் இருக்கி றேன். இனி யோசித்துப் பிரயோசனமில்லை. அவளை என்ன செய்கிறதென்பதுதான் பேச்சு. உன் மனதுக்குப் பிரிய மானதைச் சொல்லப்பா, அப்படியே செய்யலாம்.''

சின்னப்பன் மெதுவாகத் தலையைச் சொறிந்துகொண்டே, ''என்ன''? என்றான்.

காளியம்மாள் அதே குரலில், "நீயே சொல்லப்பா?" என்றாள். கேள்வி அர்த்தமானால்தானே பதில் சொல்லலாம். நோயைத் தெரிந்துகொள்ளாமலே மருந்து கொடுப்பார்களா, என்ன?

''நீங்க சொன்னா செரி, நான் அப்படியில்லெ என்று தட்டியா விடுவேன்'' என்று ரொம்பத் தெரிந்த பாவனையில் கூறினான்.

காளியம்மாளுக்குப் பாலாபிஷேகம் செய்தமாதிரி ஆனந்தம் பொங்கியது. ''நான், இந்த உறுதியில்தானே அவன் போனதையும் மறந்திருந்தேன். என் அப்பன் பேச்சுக்கு அட்டி சொல்லவா போறான்; சரி, நாகம்மா விசயம் பைசல் ஆச்சு'' என்றாள். அப்போதுதான் சின்னப்பனுக்கு எந்த விஷயத்தைக் குறித்து காளியம்மாள் பேசுகிறாள் என்பது தெரிந்தது.

''உங்களுக்கு அவள் கேட்டது ஒன்றும் தெரியாதே! பங்கு வேண்டுமென்று ரகளை எழுப்பிவிட்டாளே!'' என்றான் சற்று எரிச்சலாக.

''ஓகோ, அவளே தொடங்கிவிட்டாளா? எனக்குத் தெரியாதே. இருக்கட்டும், நாச்சியப்பன்அண்ணன் இங்கு வந்து இருக்கிறான். அவனைக் கண்டு பேசினாலே தம்பியிடம் பேசினது போலத்தான். செரி அடுத்த வாரமே கிரயத்தை முடித்துக்கொள்ளலாம். பணம் எட்டு நாளைக்கு முன் இப்போதே வேண்டுமென்றாலும் நோட்டு, நோட்டா எண்ணி வைக்கத் தயங்கமாட்டான்'' என்று காளியம்மாள் சரமாரியாக அடுக்கினாள்.

''அப்படியே முடித்துவிடுவோம்'' என்று சின்னப்பனும் உறுதி தந்தான். அடுத்த கணமே அவன் மனதில் ஓர் நினைவு பிறந்தது. சொந்த ஊர்ப் பாசம் குப்பென்று அவன் உள்ளத்தைக் கவ்வியது. 'பரம்பரையாக வாழ்ந்த இடத்தை விட்டு வருவதா? அதுவும் அடியோடு சொத்து முழுதும் விற்றுவிட்டா? பிறர் பார்த்து என்ன கேலி பேசுவார்கள்! ஆனால், அவர்களுக்காக

என் சௌக்கியத்தைக் குறைத்துக்கொள்வதா? யார் என்ன பேசினால் எனக்கென்ன? வம்பர்கள் வீண் கதை கதைக்கத் தான் செய்வார்கள். நான் என் இஷ்டப்படியே நடப்பேன். ஆனால் நாகம்மாள்? அவளை எங்கே விடுவது? விடுவதென்ன! ஊரிலே வீட்டைக் காத்துக்கொண்டு கிடக்கிறாள். அவளுக்கு அநேகம் நேசர்கள் இருக்கிறார்கள். அவள் பக்கம்தானே மணியக்காரன் முதல்கொண்டு! எனக்குத்தான் அவர்கள் விரோதிகள், நான்தான் பயந்துகொண்டு ஓடி வருகிறேன். ச்சை, பயமா? இல்லை, நியாயமாக விலகிக்கொள்கிறேன் – அந்த முட்டாள்களிடமிருந்து. ஆனால் உலகம்? உம், தலை கால் தெரியாத உலகம். என்ன பிதற்றினால் எனக்கென்ன?'

"யோசனை என்னப்பா? அடுத்த வாரமே நானும் வாரேன். போவோமே" என்றாள். சின்னப்பனும் வேறு ஒன்றும் கேட்காது, "உம்" என்றான்.

இங்கே இப்படித் திட்டம் உருவாகிக்கொண்டிருக்கையில், அங்கே தனித்திருக்கும் நாகம்மாள் என்ன செய்கிறாள் என்பதைக் கவனிப்போம்.

○

அத்தியாயம் 23

கட்டறுத்துக்கொண்ட காளை போலவும், சுயேச்சையாகச் சிறகடித்துப் பறந்து செல்லும் பட்சி போலவும் நாகம்மாள் உல்லாசமாகத் திரிந்துகொண்டிருந்தாள். அவ் வீட்டுக்கு அவளே ராணி. அவள் வைத்ததே சட்டம். வாசல் குப்பையைப் பெருக்கித் தள்ளுவாள் – தள்ளாதும் விட்டு விடுவாள். கன்றை இடம் மாற்றிக் கட்டுவாள் – கட்டாதும் விடுவாள். பாலைச் சும்மா காய்ச்சிக் குடிப்பாள் – குடிக்காமலும் இருப்பாள். இஷ்டம்போல் சமைப்பாள் – சும்மாயிருப்பாள். எங்கு வேண்டுமானாலும் எந்நேரத்திலும் செல்லுவாள். அவளை 'ஏனென்று' கேட்பார் யாருமில்லை. சுதாவாகப் பாய்ந்தோடும் காட்டாறுபோல் தன் போக்கில் தலைகால் தெரியாது ஏக அமர்க்களமாயிருந்தாள். வீடு எந்நேரமும் கலகலப்பாகவே இருந்தது. சதா பேச்சுக்கு ஒருவர் மாற்றி ஒருவர் வந்துகொண்டே இருப்பார்கள். இரவு பகல் வித்தியாசமின்றி நினைத்த சமயத்தில் அடுப்பு மூட்டுவாள். சாதமா குழம்பா எதுவும் செய்வாள். தாராளமாக வந்தவர்களுக்குப் பரிமாறுவாள். திருப்தியாகச் சாப்பிட்ட பின் வம்புப் பேச்சுக்குக் கேட்க வேணுமா? ஓயாத ஒரே கொண்டாட்ட மயம்தான்!

கெட்டியப்பன் இங்கேயே 'முகாம்' போட்டுவிட்டான். அடடா! அவன் தடபுடல்களைப் பார்த்தால், "ஏதேது இந்த ஆசாமிதான் இந்த வீட்டுக்குச் சொந்தக்காரன் போலிருக்கிறதே!" என்று எண்ணத் தோன்றும்.

"என்ன கோழி போடலாமா?" என்பான் முரட்டுத் தொனியில்.

"ஆஹா அதற்கென்ன?" என்பாள்.

உடனே மிளகு அரைத்தாகிவிடும். கண்மூடி விழிப்பதற்குள் கோழி பக்குவமாகிவிடும். அப்புறம் கேட்க வேண்டுமா?

குளு, குளுவென்ற தென்னங் கள்ளுடன் ஆனந்தமாக உணவை உள்ளே தள்ள வேண்டியதுதான். இடையில் சில தமாஷ்களும் நடக்கும். முதலியார் நடுவில் சில பேச்சுக்களைப் போட்டு மடக்குவான்.

''ஆமாங்க ஐயா நீங்களெல்லாம் குடித்துவிட்டு போகறவர்கள்தான். உங்களால் என்னத்தைச் சாதிக்க முடியும்?" என்பான்.

"பாக்கலாமே'' என்பான் கெட்டியப்பன். "என்னத்தைப் பிடித்துப் பார்க்கிறது? 'அவன்களெல்லாமே வந்து வாங்கிக் கொள்ளட்டும்' என்று சின்னப்பன் பேசியது தெரியாதா? கேட்டுப் பாருங்களே நாகம்மாளே சொல்லும். என்னவோ பாக்கிறீர்களாமே'' என்று ஏளனமாக நாராயணசாமி ஆரம்பிப்பான். கெட்டியப்பன் தைரியமாக, "அட கடைசிக்கு இருந்தே இருக்குது'' என்பான் தீர்மானமாக.

இதைக் கேட்டு இருவரும் சிரிப்பார்கள்.

முதலியார் சட்டென, "அப்படியெல்லாம் திடுபுடென கை வைப்பது கூடாது. அது என்ன ஒரு நிமிஷத்திய காரியம், நாமும் பொறுத்துப் பார்ப்போம். அக்கிரமத்திற்கு நாம் போகவேண்டாம். ஆனா வந்தாலும் விடவேண்டாம்" என்பான். வழியில் போகிறவன் கூப்பிட்டு செருப்பால் அடித்தாலும் முதலியார் மேலும் கீழும் பார்த்துக்கொண்டு முறுகாது போகிற ஆசாமி, இவ்வளவு தூரம் பேசுகிறான்! அதையும் கேட்க இருக்கிறார்கள் மஹா ஜனங்கள்!

"ஆமாமப்பா அது நிஜம்தான்'' என்று கெட்டியப்பன் ஆமோதிப்பான்.

நாகம்மாள், "மணியக்கார அண்ணனும் இதுக்கு ஒத்துக்கு வாங்களா?" என்பாள்.

முதலியார் தாழ்ந்த குரலில், "கண்ணைத் தின்ற குருடனும் நாயத்தை ஒத்துக்கொண்டுதானே ஆகணும். அண்ணனை அப்படி ஒத்துக்கொள்ளச் சொல்கிறவன் நானல்லவா? அதைப் பற்றி நீங்க துளிகூடக் கவலைப்பட வேண்டியதில்லை" என்று சொல்லிவிட்டு இரண்டு மூன்று செலவுக்கு வாங்கிக்கொண்டு வீடுபோய்ச் சேர்வான்.

தனக்காக இவ்வளவு பேசுகிற மனிதனுக்கு நாகம்மாள் 'இல்லை'யென்றா சொல்லிவிடுவாள்? தாலி தண்டையாவது விற்றுக் கொடுப்பாளல்லவா? ஆமாம் இப்படிக் கொடுத்துத் தான் அடியோடு நாசமடைய வேண்டும். ஒரே நாளில் 'கெட்டுப்போ என்றால்' கெட்டா போவார்கள்?

தனித்திருக்கையில் நாகம்மாளுக்குச் சில சமயங்களில் இவை எல்லாம் தோன்றும். தன்னைத்தானே வெறுத்துக் கொள்வாள். நொந்து துக்கிப்பாள்.

'நான் ஏன் இங்கு வந்து சேர்ந்தேனோ? நல்ல மரத்தில் நரையான் விழுந்த மாதிரி. பெரிய குடும்பத்துக்கு அவக்கேடாக வந்து சேர்ந்தேனே! தலைமுறை தலைமுறையாக ஐக்கியமாக வாழ்ந்திருந்தவர்களுக்குக் கெட்டபெயர் உண்டுபண்ணப் பார்க்கிறேன். பங்கு பிரிக்க வேணுமென்று பாழ்படுத்த ஆரம்பிக்கிறேன். ஐயோ சின்னப்பன் எவ்வளவு அன்பாக வைத்திருக்கிறான். ஒரு வார்த்தை காரமாகச் சொல்வானா? நல்ல மனதை அன்று புண்படுத்திவிட்டேனே! இனியாவது நல்லதனமாக நடந்துகொள்ள வேண்டும். சாக்ஷிக்காரன் காலில் விழுவதைவிட சண்டைக்காரன் காலில் விழுவதே மேல் அல்லவா?'

இவ்வித நினைவுகள், ஒரு வினாடிக்கப்புறம் பாதரஸம் போல் நிலைகொள்ளாது. 'அப்படி எதற்கு இருப்பது? கட்டறுத்துக்கொண்டு பத்துநாள் இருந்தாலும் அதுவே அடிமையாக பத்தாயிரம் வருஷம் இருப்பதைவிட மேலல்லவா? எனக்கென்று தனியாக எல்லாம் இருக்க வேண்டும். நான் நினைத்தால் எதையும் செய்ய வேண்டும். என் மகளுக்கு நகை நகையாகப் பூட்டிப் பார்க்க வேண்டும். இந்த பிசினாரிகள் அதற்குச் சம்மதிப்பார்களா? அடேயப்பா, அன்றைக்குக் கேட்டதும் கேட்காததுமாய் சீத்துப் பூத்தெனச் சீறுகிறானே! யார் சம்பாதித்த சொத்து? என் புருஷன் சொத்து எனக்குச் சேராதா? இத்தனை கோபம் எவ்வளவு நாளைக்கு வருகிறதெனப் பார்க்கிறேன்.' நாகம்மாள் இப்படி உக்கிரமாக இருக்கும் வேளையில் கெட்டியப்பனும் இரண்டொரு வார்த்தை சொல்லி வைப்பான். எரிகிற நெருப்பிற்கு எண்ணெய் விட்ட மாதிரி அவள் உள்ள ஜ்வாலை கொழுந்துவிட்டு எரியும். யாராயிருந்தால் தான் என்ன? சதா ஒருவருடைய துர்போதனைக்கு ஆளாகி விட்டால் அப்புறம் அவர்கள் இதயம் மாறுவதில் ஆச்சரிய மில்லை அல்லவா?

O

அத்தியாயம் 24

அன்று புதன்கிழமை. நாகம்மாள் ரொம்ப முகமலர்ச்சி யுடன் இருக்கிறாள். கண்ணாடியைச் சீந்தாதவள் அடிக்கடி எடுத்துப் பார்க்கிறாள். தும்பைப்பூப் போன்ற வெள்ளைப் புடவையை அப்படியும் இப்படியுமாகத் திருப்பி சீராகச் சொருகிக்கொள்கிறாள். இன்று ஏது இவ்வளவு குதூகலம்? இன்று சந்தை நாளென்றா? இல்லை, வாரந் தவறாதுதான் சந்தை வருகிறது. அப்போதெல்லாம் இவ்வளவு ஆனந்தப் பெருக்கு ஏற்பட்டதில்லையே? பின் இப்பூரிப்புக்குக் காரண மென்ன? மணியக்காரர் வருகிறார்!

இத்தனை நாளாக அங்குமிங்கும் பார்த்து யோசனை சொல்லி வந்தவர் இன்று நேரிலேயே வருகிறார். அவராக வீடு தேடி வருகிறதென்றால் நாகம்மாளுக்கு அதைவிட சந்தோஷச் செய்தி வேறு இருக்க முடியுமா? வாசல் பக்கம் போவதும், உள்ளே வருவதும், பொழுதைப் பார்ப்பதும், யோசிப் பதுமாய் இருந்தாள். அவளிடம் மட்டும் அமானுஷ்யமான சக்தி ஏதாவது இருந்தால், அப்போது அடிக்கும் மாலை வெயிலை மாற்றிக் காரிருள் மயமாகச் செய்திருப்பாள். ஏனென்றால் இருட்டினவுடன் வருவதாக மணியக்காரர் தெரிவித்திருந்தார்.

முலாம் பூசிக்கொண்டிருந்த இயற்கை தன் சௌந்தர்யக் கதிர்களைக் கொஞ்சம் கொஞ்சமாக அடக்கிற்று. மரங்களின் உச்சியிலும் வீட்டுக் கூரையிலும் படிந்திருந்த தங்கச் சிவப்பு மெதுவாக மறைந்தது. இரவு தன் நீண்ட கரும்போர்வையை வாரி விரித்தது. இரவின் சாந்த மடியிலே பக்ஷிஜாதிகள் தலை சாய்த்தன. அந்த அமைதியான வேளையில் சித்திரப்பாவை போன்று நாகம்மாள் அமர்ந்திருந்தாள். ஒவ்வொரு சருகின் அசைப்புக்கும் சட்டெனத் திரும்புவாள். சிறுகாற்றில் ஓலைகள் படபடக்கும்போது செருப்புச் சத்தம் என்று எண்ணி ஏமாறு

வாள். அர்த்தமற்ற சத்தம் 'ஹோ' என எழும். திடுக்கிட்டுத் தலை நிமிருவாள். 'கெட்டியப்பன் முன்னால் வந்திருக்கப் படாதா?' என்று அவன்மேல் சலித்துக்கொள்வாள். இவ்வித விவரிக்கமுடியாத ஆவலுடன் எதிர்பார்த்துக்கொண்டிருந்தாள்.

"என்னைத்தான் திட்டப்போகிறாள்" என்று அவள் மனதைத் தெரிந்தவன்போல கெட்டியப்பன் குரல் கேட்டது.

"எங்கள் முகத்திற்காக உங்களை இன்று ஒன்றும் செய்ய மாட்டாள்" என்று முதலியார் தமாஷ் பண்ணினான்.

நாகம்மாள் விளக்கை உயர்த்தி கதவை நன்றாகத் திறந்து, "வாங்க, வாங்க" என உபசரித்தாள். பாயை எடுத்து அவள் விரிக்குமுன்பே, "இல்லெ, இல்லெ, வேண்டாம்" என்று முதலியார் தடுத்தான்.

"உங்களுக்க – இல்லை – ஆனால்... ... ..." என்று மணியக்காரர் முகத்தைப் பார்த்துவிட்டு நாகம்மாள் மறுபடியும் பாயை எடுக்கப் போனாள்.

"எனக்குத் தெரியும், இதோ பாருங்க கட்டில் இருக்கிறது. அவர் உட்கார்ந்து கொள்ளட்டுமே" என்றான் முதலியார். எங்குதான் உக்காந்தா என்னப்பா?" என்று பெரும்போக்காகக் கூறி மணியக்காரரும் கீழேயே உட்கார்ந்தார்.

மணியக்காரர் அவ்வறையின் ஒவ்வொரு மூலையையும் மேலும், கீழும் நோக்கியவாறு, "வெகு நாளைக்கு முன் வந்தது. பத்துப் பனிரண்டு வருஷமிருக்கும் இங்கு அடி எடுத்து வைத்து. அதற்கப்புறம் யார் வந்தார்கள், போனார்கள்? என்ன நாகம்மா, அந்த ஓரத்திலே சின்ன மாடக்குழி ஒன்று இருந்ததே, இப்போது மூடிவிட்டீர்களா?" என்று கேட்டார்.

நாகம்மாள் என்னவோ யோசித்துக்கொண்டு நின்றாள்.

கெட்டியப்பன் ஆச்சரியத்துடன், "உங்களுக்கு அதெல்லாம் எப்படி ஞாபகத்திலிருக்கிறது?" என்றான்.

"இந்த ஆச்சரியத்தில்தான் பேசக்கூடத் தோன்றாது நிற்கிறதைப் பாருங்களேன்" என்று நாகம்மாளைச் சுட்டிக் காட்டினான் முதலியார்.

"என்னது என்ன?" என்று நாகம்மாள் இரண்டு மூன்று தரம் கேட்டாள்.

மணியக்காரர் சிரித்துவிட்டு, "அது என்னவோ சின்ன சங்கதி. என்ன நாகம்மா, நான் சீக்கிரமா இப்போது போயாக வேண்டும். யாராவது பார்த்தால் நாளைக்கு சின்னப்பன்

வந்ததும் என்னவாவது சொல்லி வைப்பார்கள். எனக்கெல்லாம் இங்கு என்ன வேலை என்று அவன் அப்படியும் இப்படியும் பேசுவான். நானும் சும்மா இருக்கமாட்டேன். கோபத்தில் கண்டபடி பேசிவிட்டால் இன்னும் சங்கடம்தானே? இத்தனை தொல்லையில்லாமல் நடந்துகொள்வது நல்லதல்லவா? என்ன நான் சொல்வது சரிதானே?" என்றார் அவளைப் பார்த்துக்கொண்டே.

நாகம்மாள் தலையைக் குனிந்தபடி, "உங்களுக்குத் தெரியாததை, நான் என்ன அதிகம் சொல்லப் போறேன்? எல்லாம் நீங்க சொன்னா செரி" என்றாள்.

"காலையில் சின்னப்பன் வரப்போறானாம். எனக்குத் தகவல் கிடைத்தது. அகத்தியம் நாளைக்கு வந்துவிடுவான் என்றுதான் நானும் நினைக்கிறேன். போய் பதினைந்து நாளைக்குமேல் ஆகிறதல்லவா? தோட்டங்காடுகளை விற்க ஏற்பாடு பண்ண இவ்வளவு நாட்கள் போதாதா?" என்றார்.

"என்ன ஏற்பாடு ஆகிவிட்டதா" என்று திகைப்புடன் நாகம்மாள் கேட்டாள்.

"ஆனமாதிரிதான். கையெழுத்து ஒன்றுதான் பாக்கி!"

"அப்புறம்?"

"நீ ஏன் கலங்கவேண்டும்? எதுக்கும் அஞ்சாதே. 'எனக்குச் சரிபாதியைப் பிரித்துவிடு' என்று தாராளமாகக் கேளு. சும்மா மிரட்டினா 'இதெல்லாம் தெரியுமப்பா' என்று சொல்லி விடு. 'அப்படியாச்சா? லொட, புட, அது செய்துடுவேன், இது செய்துடுவேன்' என்றால், எனக்குக் கொடுத்தபின் என்ன வேண்டுமானாலும் செய்து கொள் என்று தைரியமாகச் சொல்லு. நீயேன் தயங்கோணும்? தாமதம் செய்யோணும்? இனித் தாமதித்தால் வெள்ளம் தலைக்கு மேல் போவது நிச்சயம்."

"வாஸ்தவம்தான்" என்று முதலியார் பேச்சை ஆமோதித்தான்.

நாகம்மாள் கொஞ்சநேரம் மௌனமாயிருந்துவிட்டு, "நான் என்னென்ன செய்யோணும்? என்ன செய்யச் சொல்றீங்க?" என்று கேட்டாள்.

"அன்றைக்கு மாதிரி அலண்டுபோய் பதில் பேசாது விட்டுடாதே. எனக்கு உண்டானதைப் பிரித்துவிடு என்று கண்டிப்பாகக் கேள். பின்னால் வருவதற்கு நாங்கள் இருக்கி றோம். அவன் என்ன ஆகாசத்திலா பறந்துவிடுவான். நீ மட்டும் உறைத்து நின்றால் விலைக்கு வாங்க ஒருவன்

ஆர். ஷண்முகசுந்தரம்

கிட்டவந்து விடுவானா?" என்றார் மணியக்காரர். நாகம்மாள், "ஆகட்டும் நீங்கள் சொன்னபடிக் கேக்கிறேன்" என்றாள்.

பின்பு மணியக்காரர் கெட்டியப்பனிடம், "அவன் வந்த பிறகு இந்தப் பக்கம் அடிக்கடி தலை காட்டாதே. தப்பாக நினைக்க இடம் உண்டாகும்" என்றார்.

"அண்ணா, இப்போதே நான் சாளைக்குப் போய்விடுகிறேன். நீங்கள் கூப்பிடுகிற சமயம் வருகிறேன்" என்று சிரித்துக் கொண்டே சொன்னான்.

"நாங்களும் அவனோடு போகிறோம்" என்று முதலியார் சொல்லவும் மணியக்காரர் சிரித்துக்கொண்டு எழுந்தார்.

அவர்கள் போனபின் கொஞ்சநேரம்வரை நாகம்மாள் அப்படியே உட்கார்ந்துகொண்டிருந்தாள். கதவைத் தாளிட்டுப் படுக்கவும் இஷ்டமில்லை. உட்கார்ந்திருக்கவும் பிடிக்க வில்லை. கலவர மனதுடன் யோசனையில் மூழ்கினாள். அப்போது சொத்தென்று ஒரு பூச்சி முகட்டிலிருந்து கீழே விழுந்தது. பல்லியால் கவ்வப்பட்ட பாதி பாகம் போக மீதி பாதி பாகமே தரையில் துடித்துக்கொண்டிருந்தது. அந்த மரித்துப் போகும் பூச்சியைக் கண் கொட்டாது பார்த்துவிட்டு மேலே கூரையைப் பார்த்தாள். உயர எங்கும் பூச்சிக்கூடு. ஒட்டடை அடித்து வருஷக் கணக்காகிறது. இதில் புகைக் கலப்பு வேறு கன்னங்கரேலெனக் கப்பியிருந்தது; மேலும் கீழும் பார்க்கப் பார்க்க நாகம்மாளுக்குக் கசப்பாக இருந்தது.

"என்ன இது ஒரே குப்பை மயம்? வந்தால் என்ன சொல்லு வார்கள்? சொல்லுவதென்ன? எனக்கே அசங்கியமாக இருக்கிறதே. காலடி ஓசை கேட்டது. திடுக்கிட்டு நோக்கினாள். யாரென்று தெரியவில்லை. ஒருவேளை கெட்டியப்பனாக இருக்குமோ? அல்லது முதலியாரா? யாரென்று அவளால் நிச்சயம் செய்ய முடியவில்லை. "என்ன கோயில் பாளத் தாளா!" என்று கேட்டுக்கொண்டு பெரியண கவுண்டர் வந்தார். அயலூரிலிருந்து கலியாணமாகி வரும் பெண்களை அந்த ஊர்ப்பெயரைச் சொல்லியேதான் அநேகமாகக் கூப்பிடுவார்கள்.

தன்னை அவ்விதம் பெயரிட்டு அழைப்பவர் யாரென்று நாகம்மாள் நோக்கினாள்.

"நீங்கதானா என்னைப் பயப்படுத்தினது?" என்றாள்.

"நான் அல்ல, எங்க தாத்தா வந்தாலும் உன்னைப் பயப்படுத்த முடியுமா? இந்த அர்த்தராத்திரியில் நீதான் யாரையோ பயப்படுத்த உக்காந்துகொண்டிருக்கிறாய். நான் அகஸ்மாத்தாக வந்து சேர்ந்தேன்" என்று சொல்லிவிட்டுப் பெரியணன் சிரித்தார்.

நாகம்மாளும் கூடச் சிரித்துவிட்டு பின்பு ரொம்ப அனுசரணையாக, "இன்னேரத்தில் எங்கிருந்து வாரீங்கள்?" என்றாள். பெரியணன், 'பேச நேரமில்லை' என்று சொல்லிச் சுருக்கமாக, "கருப்பட்டி வண்டி பின்னால் வந்தேன். நொடித் தடம், வண்டி இடறி அகாலத்தில் ஏதாவது ஏற்பட்டால் என்ன செய்வது? சின்னப்பன் இருந்தாலும் சந்தைக்குப் போயிருப்பான். என்ன பண்ணுவது? இருக்கிறவரையிலும் செய்துதானே தீரோணும்? கஷ்டம் என்று பார்த்து முடிகிறதா? நான் வருகிறேன் ஆயா? நேரமாச்சு, வண்டி வெகுதூரம் போயிட்டது" என்று அடியெடுத்து வைத்தார்.

"வாசலில் முளை அடிச்சிருக்குது. பாத்துப் போங்கள்" என்று நாகம்மாள் சொல்லச் சொல்ல அவர் முளையில் மோதி காலை நொண்டிக்கொண்டே போனார்.

○

அத்தியாயம் 25

முதல்நாள் இரவு சுகமாகப் படுத்து நித்திரை செய்தவள் இன்று இரவு நரகவேதனையை அனுபவித்துக்கொண்டு உட்கார்ந்திருக்கிறாள். முதல்நாள் சிரிப்பும் சந்தோஷமுமாகப் பேசிக்கொண்டிருந்தவர்களிடம் இன்று நாகம்மாளால் உற்சாகமாக நடந்துகொள்ள முடியவில்லை. மணியக்காரர் வீட்டு உட்புற ஆசாரத்தில் தூணில் சாய்ந்து உட்கார்ந்தி ருக்கிறாள் நாகம்மாள். அடிபட்ட குழந்தை மேலும் கீழும் பார்ப்பதைப் போல மணியக்காரர் தம்முடைய கிருதா மீசையை தடவிக்கொண்டே ஆழ்ந்த யோசனையில் மூழ்கி யிருந்தார். கெட்டியப்பன் குனிந்த தலை நிமிரவில்லை. முதலியார் முகத்தில் மட்டும் எவ்விதக் குறியுமில்லை. நாகம் மாளைப் பார்க்கும்போதெல்லாம் முகத்தில் அனுதாபக் குறியை எங்கிருந்தோ வரவழைத்துக் கொண்டான். அங்கொரு மூலையில் படுத்திருந்த பெரியவரின் கட்டில் கிறீச் சப்தமும் இடையில் மேல்புறத்திலுள்ள வண்ணான் வீட்டிலிருந்து அரைகுறைப் பேச்சுச் சப்தமும் காதில் விழும். அவன் அடிக்கடி, “கழுதை, கழுதை” என்று சொல்வது கழுதையைப் பற்றியா அல்லது அவன் மனைவியைப் பற்றியா என்பது நமக்குத் தெரியாது. “என்னவோ எல்லாமே போய்விட்டது போல் இப்படி உட்கார்ந்துவிட்டீர்களே” என்று முதலியார் ஆரம்பித்து, ‘‘நாம் எதிர்பார்த்ததுதானே இவைகளை யெல்லாம்’’ என்றான்.

மணியக்காரர் திடுக்கெனத் தலையைத் தூக்கினார். பாவம் அவர் இதொன்றையும் எதிர்பார்க்கவில்லை போலிருக்கிறது. “நீங்க சொல்லவேண்டியிருக்க, சும்மா பேசாமெ இப்படி சிலைபோல் உட்கார்ந்துவிட்டால்?” என்றான் முதலியார்.

மணியக்காரர் கொஞ்சம் தொண்டையைத் தீட்டினார். ஆனால் கரகரப்பு நீங்கவில்லை.

“எப்படி அதை இன்னொருதரம் சொல்லு. நேற்று நீ தூங்கிக்கொண்டிருக்கும்போது வந்து கதவைத் தட்டி” என்று சொல்லி நிறுத்தினான் கெட்டியப்பன். “அதைச் சும்மா கேட்பதில் என்ன இருக்கிறது?” என்று சலிப்புத் தட்டியவர் போல் மணியக்காரர் சொல்லவும், “நீங்க என்ன இப்படி எல்லாமே மெழுகிவிடுகிறீர்களே. அப்புறம் பார்க்கப்போனா, கல்லும், முள்ளும் நிறைந்த இடம்கூட சுத்தமாகத்தானே இருக்கும்! சின்னப்பன்மேல் குற்றம் சொல்லுவதற்கே இடம் இருக்காது” என்று கொஞ்சம் அழுத்தமாகவே முதலியார் கூறினார்.

“எப்பொழுதுதான் சின்னப்பனிடம் குற்றம் இருக்கப் போகிறது?” என்று பேச்சு முடிவதற்குள் பெரியவரிடமிருந்து பதில் வந்தது. அவர் கட்டில் சமீபத்திலிருந்ததால் அவர் சொல்வது நன்றாகவே இவர்களுக்குக் கேட்டது.

“கட்டுச் சோற்றுக்குள் எலியை வைத்துக் கட்டியது போல்” என்று கெட்டியப்பன் வேடிக்கையாகச் சொல்லிக் கொண்டு, “உங்களையும் கட்டிலையும் அப்புறம் கொண்டு போய் வைத்துவிட்டுத்தான் நாங்கள் பேச வேண்டும்” என்று எழுந்தான்.

“சும்மா உட்காரு” என்று மணியக்காரர் அதட்டினார். பெரியவர், “நானே எழுந்து போகிறேன். ஆனால் உனக்குப் பயந்து கொண்டல்ல. என்ன கெட்டியணா, இங்கே ரொம்ப வேக்காடாக இருக்கிறது, காற்றாட அந்தப் பக்கம் போறேன். போறதிற்குள் சின்னப்புள்ளெ கிட்ட ஒரு வார்த்தை சொல்ல வேண்டும்” என்று நாகம்மாள் புறம் திரும்பினார். எப்போதும் மரியாதையாகவே அவரிடம் நடந்துவந்த நாகம்மாள் எழுந்திருக்க முயன்றாள். பெரியவர், “வேண்டாம். உட்காரம்மா, ஒரு வார்த்தை பாக்கு கடிக்கிற நேரத்திற்குள் சொல்லிவிடுகிறேன்” என்று தொடங்கினார்.

“திருமனை செய்யத் தெரியாதவன் தேர் வேலைக்கு அச்சாரம் வாங்கினானாம். ஒரு காணி நிலத்தைக் கிளறி பாங்காகப் பிழைக்கத் தெரியாத இந்தக் கெட்டியப்பனா உனக்கு பங்கு வாங்கிக் கொடுக்கிறவன்! இது எல்லாம் நடக்காத சங்கதிகள். ஒரு நாளைய கூத்துக்கு மீசையைச் சிரைத்த கதையாக முடியும். இப்போது பாரு. ஊடும் குடித்தனமா இருந்தவள் குழந்தையை விட்டுவிட்டு வெளியில் வந்து திண்டாட்டத்தில் மாட்டிக்கொண்டாய். நீ சொன்ன தெல்லாம் நானும் கேட்டேன். நீ யாருக்காக இந்தப் பங்கு பிரிக்கச் சொல்லுகிறாயோ அந்தக் குழந்தைகூட, உன்னிடம் வர மறுத்துவிட்டதென்றால், பின் என்னத்துக்கு இந்தச்

சச்சரவு எல்லாம்? இதெல்லாம் அவர்கள் போதனை 'அது, இது' என்று காரணம் சொல்லாதே. அதிலெல்லாம் பிரயோ ஜனமில்லை. அதுபோகிறது. இப்போது முதலியார் சொன்னது போல, 'எல்லாம் முழுகிப் போய்விடவில்லை' நீ காலையிலே பேசாமல் வீடுபோய்ச் சேராயா. ஊர் சிரித்ததிற்கப்புறம் போவதைவிட விசயம் மூணாம் பேருக்குத் தெரிவதற்கு முன்பே நல்லதனமா போய்விடுவது நல்லது.''

நாகம்மாள் ஒன்றுமே பேசவில்லை. பதிலுக்குக் காத்திராமல் பெரியவரும் அப்பால் போய்விட்டார்.

"சரி, வழக்கப்படி இது நடப்பதுதானே. என்ன நீங்ககூட பேச்சிலே மயங்கிப் போய்விட்டமாதிரியிருக்கிறதே" என்றான் முதலியார்.

"இதைப் போல ஐம்பத்தெட்டுப் பேச்சுத்தான் என்னை மயக்க முடியுமா? நான் வேறு சங்கதியைப் பற்றி ஆலோசித்தேன்" என்றார் மணியக்காரர்.

''அதைத்தான் சொல்லுங்களே'' என்று நாகம்மாள் கேட்டாள்.

''நீ வீட்டுக்குப் போய்விடக் கூடாதா?'' கொஞ்சம் தயங்கிக்கொண்டுதான் சொன்னார். அனைவரும் மௌன மாயிருக்கவே, "அங்கிருந்துகொண்டு நாம் காரியத்தைச் சாதிப்பதைவிட வெளியில் இருப்பது அவ்வளவு சிலாக்கிய மானதா?'' என்றார்.

"அது சிலாக்கியமோ, கிலாக்கியமோ, இனி அந்தப் பேச்சு இல்லை. நான் அந்தப் பக்கம்கூட தலைவைத்துப் படுக்கமாட்டேன். அவர்கள் கொளமாத்தைத் தெரிந்த பிற்பாடு அங்கு இருந்துகொண்டிருக்கலாமா? வெசம் வைக்கக் கூட அஞ்சமாட்டார்கள். உங்களை நான் நம்பினேன். நீங்கள் எப்படி உட்டாலும் செரி.''

அவளுடைய வேகத்தையும் உணர்ச்சி உருக்கத்தையும் கண்ட முதலியார், "அடடா, ஒரேயடியாகக் கோவிக்கிறீர் களே. நாளைக்கு நாலு பேருக்கு எதிரில் சின்னப்பனிடம் காட்ட கொஞ்சம் வைத்துக்கொள்ளுங்கள்'' என்றான்.

"சும்மா இரப்பா, உனக்கு எழவு ஊடுன்னும், கலியாண ஊடுன்னும் வித்தியாசம் தெரிவதில்லை. சும்மா ஒரே சிரிப்புத்தானா? ஆனால் நீ சொன்னதிலும் உண்மையிருக்கிறது. அப்படிச் செய்தால் என்ன?''

''எப்படி?''

"எப்படியா? அதுதான் பொது மனிதர் பத்துப் பேரைக் கூட்டி இதற்கு என்ன சொல்கிறீர்கள்? என்று கேட்கலாமே. சின்னப்பன் நில புலன்களை விற்றுக்கொண்டு ஓடிவிடுவதற்கா எல்லோரும் சாதகமாக இருப்பார்கள்?" என்று மணியக்காரர் சுற்றிலும் பார்த்துக்கொண்டே கேட்டார்.

கெட்டியப்பன், "இதிலெல்லாம் ஒண்ணும் காரியமில்லீங்க" என்றான்.

"இன்னொரு வழி இருக்கிறது" என்று நாராயணசாமி கூறினான்.

"என்ன?" என்று மற்றவர்கள் ஏககாலத்தில் கேட்டார்கள்.

"நாளைக்குக் காலையிலே ஏத்துப்பூட்ட சின்னப்பன் தோட்டம் வந்ததும், போய்த் தடுத்துவிடுவது."

"என்ன நம்முடைய ஆட்களை விட்டா?" என்று மணியக் காரர் இடைமறித்தார். "இல்லை, இல்லெ நாகம்மாளை விட்டே. ஏன் என்று கேளுங்கள். அப்படிச் செய்தால்தான் அக்கம் பக்கம் நாலு பேருக்கு சங்கதி பளிச்சுனு படும். அப்புறம் பேச்சு எடுப்பதற்கும் பேசுவதற்கும் வகையா இருக்கும்" என்றான்.

"ஒரு வகையில் எனக்கும் சரியாகத் தோன்றுதப்பா" என்று மணியக்காரர் ஆமோதித்தார். "ஆனால் நான் ஒருத்தி யும்............." என்று நாகம்மாள் சற்றுத் தயக்கமாகச் சொல்லவும், "நான் எங்கே செத்தா போயிட்டேன்? கூட வேண்டுமானால் இன்னும் நாலு பேரைக் கூட்டி வாரேன்" என்றான் கெட்டியப்பன்.

"அடடே, கலகத்திற்குப் போகிற மாதிரி அப்படி யெல்லாம் செய்துடாதே. சும்மா எங்கேயோ அசந்தர்ப்பமாக போறமாதிரி போ. அதுகூட வேண்டியதில்லை. என்ன நாகம்மா, ஆள் எதற்கு வேண்டும் சொல்லு பார்க்கலாம்? பின்னால்தான் பேசிக்கொள்ள நாங்கள் இருக்கிறோம். எவ்வளவு செலவு ஆனாலும் செரி. நான் இருக்கிறேன். உன்னை அந்தரத்தில் விட்டுவிட மாட்டோம். தைரியமாக இரு" என்றார் மணியக்காரர்.

"சரி காலையிலெ நான் தோட்டத்துக்குப் போய் தடுத்து விடவேண்டியது. அவ்வளவுதானே" என்றாள் நாகம்மாள்.

"எங்கப்பா நம்ம தடியைக் காணோம்" என்று கெட்டியப்பன் எழுந்தான்.

"நீயும் தூங்கப்போ" என்றார் மணியக்காரர்.

○

ஆர். ஷண்முகசுந்தரம்

அத்தியாயம் 26

ராமாயி இப்போது ஒரு புது வழக்கத்தைக் கைக் கொண்டிருந்தாள். அதுதான் பேசப் பேசத் தூங்குவது. என்ன கேட்டதென்பதே தெரியாது. ஏதோ வாயில் வந்ததைச் சொல்லிவிட்டுக் குறட்டைவிடுவது ரொம்ப சர்வ சாதாரண மாகப் போய்விட்டது. சின்னஞ்சிறு சருகசைப்புக்கே திடுக்கிட்டுத் தலை தூக்கும் தன் மனைவி ஏன் இப்படித் தூங்குகிறாள் என்ற விபரத்தை ஏனோ சின்னப்பனும் கேட்பதில்லை. இப்போது இரண்டு தரம் குரல் கொடுத்தும் ராமாயி 'உம்' கொட்டிக்கொண்டே பேசாமலிருந்ததற்கும் இவன் கோபித்துக்கொள்ளவில்லை.

சின்னப்பனுக்கு எத்தனையோ கவலைகள். மைத்துனன் பிரிவுக்குப் பின் தன் குடும்பத்திலும் பிளவு ஏற்பட்டுவிட்டது. ஆனால் முக்கியமாக நாகம்மாள் வாசல்படி தாண்டியதுதான் அவனுக்கு மிகுந்த வருத்தத்தைக் கொடுத்தது. அதிலும் மணியக்காரர் வீட்டிற்குப் போயிருக்கிறாள் என்பதைக் கேட்டு அதிக ஆத்திரம் கொண்டான். எதற்கும் தான் ஒன்றும் முன்னால் போவதில்லை என்று திடம் செய்துகொண்டான். 'ஊரார் பேச்சைக் கேட்டு இப்படிக் குட்டிச்சுவராய்ப் போய் விட்டாளே' என்று நினைக்கவும் அவனுக்கு இரக்கமாகத் தானிருந்தது.

தன்னுடைய அண்ணன் காலத்தில் நடந்த அநேகம் சம்பவங்கள் நேற்றுத்தான் நடந்ததுபோலிருந்தது. இவனுக்கு கலியாணமாகுமுன் குளிப்பதற்கெல்லாம் வெந்நீர் நாகம்மாளே எடுத்துவைப்பாள். வேண்டாமென்று மறுத்தாலும் ஒரு தரத்துக்கு இரண்டு தரமாக முதுகு தேய்த்து விடாது இருக்க மாட்டாள். எந்தவித கல்மிஷமும் இல்லாதிருந்தவள் இன்று விஷமாக மாறிவிட்டது அவனுக்கு ஆச்சரியமாகத்தானிருந்தது.

நாகம்மாள் கோபத்தில் வீட்டை விட்டுப் போய்விட்டா ளேயொழிய அவள் குழந்தை ஏனோ தாயுடன் செல்ல மறுத்துவிட்டது. இதற்குக் காரணம் ராமாயி காட்டும் அபார வாஞ்சையா?

யாரோ நடவையைத் திறந்துகொண்டு வரவும் வெளியே பந்தக் காலில் கட்டியிருந்த எருமைதான் உள்ளே வருகிற தாக்கும் என, 'த்த, கெரகம்' என்று சின்னப்பன் விரட்டினான். இவனுடைய அதட்டலுக்கு எருமையாயிருந்தால் அடுத்த எட்டு எடுத்து வைத்திருக்காது. ஆனால் விருந்துக்கு அழைக்க வந்த மாரி நாவிதன் அப்படிப் போய்விட முடியுமா? வந்த சிரிப்பை அடக்க முடியாது அவன் சிரித்துக்கொண்டே வந்தான்.

"சாமி பந்தி உட்டாச்சுங்க. தேவைக்காரர் வளவிலே சாப்பாட்டுக்குக் கூப்பிடறாங்க" என்றான் மாரி.

சின்னப்பன் சாப்பிட்டு வெகு நேரமாகியிருந்தது. அவன் மனைவியும் முத்தாயாளும்கூட சாப்பிட்டுவிட்டுப் படுத்துக் கொண்டார்கள். மத்தியானமே விருந்துச் சங்கதி தெரியு மென்றாலும் அவனுக்குப் போக இஷ்டமில்லை. பத்துப் பேருக்கு முன்னால் இப்போதெல்லாம் போவதென்றாலே அவனுக்கு நெருப்புமேல் நடப்பதைப் போலிருந்தது. அவனுடைய இஷ்ட தெய்வம் பிரசன்னமாகி எங்காவது மனிதப் பூண்டற்ற ஒரு இடத்திற்கு அவனை அழைத்துப் போவதாகச் சொன்னால், சந்தோஷமாக அந்த அன்பு அழைப்புக்கு உட்பட்டிருப்பான்.

"இப்ப வாரமப்பா. நீ போ" என்று சின்னப்பன் சொன் னான். தான் போகாவிட்டாலும் வெளிக்கு ஏன் காட்டிக் கொள்ள வேண்டும் என்று இப்படிச் சொன்னான்.

"சரி சட்டுனு வாங்க" என்று கூறிவிட்டு வேறு வீடுகளை நோக்கி மாரி வேகமாக நடந்தான்.

பந்தக் காலில் சாய்ந்தபடி உட்கார்ந்துகொண்டே சின்னப்பன் எதையோபற்றி யோசித்தான். எப்படிச் சிந்தை சென்றாலும் கடைசியில் நாகம்மாள் விஷயத்திலேயே வந்து நின்றது. 'இன்னம்தான் என்ன? எம்பேச்சைத் தட்டுவாங் களா? நாம் பாத்து இது செரியில்லைன்னா கேக்கும்கிற உறுதி இருக்குது. ஊடுன்னு இருந்தா கோபதாபம் இல்லாதையா இருக்கும்? என்னமோ இப்போ போயிட்டாங்க வெடிஞ்சா வாராங்க.' இப்படி எண்ணும் போதே, 'கலைப்பார் கலைத் தால் கல்லும் கரையும். அந்த விடு சூளைகளும் அர்த்தம் கெட்ட மணியக்காரனும் என்ன பண்ணுவாங்களோ' என்ற நினைவு வரும்.

'சரி என்ன வந்தாலும் இந்தக் கட்டை அதரவாபோகுது? எங்க அப்பன் காலத்திலும் அவர் ஒருத்தருக்கும் அடங்கி நடந்தவரல்ல. இந்த மணியக்காரனும், சித்தப்பனும், பெரியப்பனும் மண்ணுக் கவ்வினவங்கதானே! ஒரு கை பார்க்கிறது' என்று திடம் செய்துகொண்டான்.

அப்பொழுது முத்தாயா என்னவோ தூக்கத்தில் உளறினாள். ராமாயியும் திடுக்கிட்டு எழுந்து உட்கார்ந்தாள். தன் புருஷன் ஒருமாதிரி பந்தக் காலோரம் உட்கார்ந்திருப்பதைப் பார்த்து, "ஐயோ சாமத்துக்கு மேலாகுது ஏன் முழிச்சிட்டு இருக்கீங்க" என்றாள்.

"இப்ப பல பலன்னு வெடிஞ்சு போயி நிலந்தெரியுது. தோட்டம் போகவாண்டாமா?" என்றான் சின்னப்பன். ஆனால் சிரிப்பை அடக்க அவனால் முடியவில்லை.

ராமாயி கண்டுகொண்டாள். கண்ணைத் துடைத்துக் கொண்டு, "என்ன சத்தம் ஊரடங்கலியா?" என்றாள். "இந்தா அரகமா பேசாதே. அப்புறம் விருந்துக்காரர் ஊட்டிலிருந்து ஆள் வந்தாலும் வரும்."

"ஓ! அதுதான் சம்பலடங்கிலைப்போலிருக்குது. நான் மறந்தே மறந்திட்டனுங்களே! ஆனா நீங்கதான் சோறு உங்கப் போயிட்டு வரப்படாதுங்களா?"

"நான் என்னத்துக்கு அங்கு போறேன். வேணும்னா முய்யைக் குடுத்துட்டா போறது."

அப்போது, "ஆரு ராமாயாளா இந்நேரத்திலே பேசறது?" என்று பக்கத்து வீட்டுக்காரி சுவற்றிற்கு அந்தப் புறத்திலிருந்த படியே கேட்டாள்.

"நாங்க என்னக்கா பேசறம்? இத்தனை நேரம் நானும் தூங்கிட்டுத்தான் இருந்தேன். இந்தப் பொழயா தூக்க மொன்னு..." என்று கூறிச் சிரித்தாள்.

அவள் சிநேகிதையும் சிரித்துக்கொண்டே, "ஆமாம் எங்காயா நாகம்மாளைக் கண்ணிலே பாப்பமின்னா காணோமே" என்றாள். நடந்த விஷயம் ஒன்றும் இன்னும் அவள் காதுக்கு எட்டவில்லை.

தன் கணவன் பக்கத்தில் இல்லாதிருந்தால் ராமாயியும் சங்கதியைச் சொல்லியிருப்பாள். இப்போது அதை எல்லாம் சொல்லத் தருணமில்லை. "எப்படியோ உம் மவள் ஓடம்பு நல்லானாச் செரி" என்று ஒருவிதமாகப் பேச்சை முடித்தாள்.

○

அத்தியாயம் 27

“தூங்கப் போ” என்று மணியக்காரர் கெட்டியப்பனிடம் சொல்லும்போதே, ‘இன்றைக்குத் தூக்கமேது?’ என்று அவன் தன்னுள் எண்ணிக்கொண்டான். ஆனால் அதை யாரிடமும் சொல்லவில்லை. “இதோ அப்படியே” என அங்கிருந்து கிளம்பினான்.

எங்கும் ஒரே இருள். மயிர் பிடித்தால் மயிர் தெரியாத அவ்வளவு இருட்டு. கரடுமுரடான நதிக்கரைத் திட்டுகளைத் தாண்டிக் கெட்டியப்பன் தன் திசைநோக்கிப் போய்க் கொண்டிருந்தான். மேலே போர்த்தியிருந்த துப்பட்டியை எடுத்து உருமாலாகத் தலையில் சுற்றிக்கொண்டு, “ஊர்கூடிச் செக்கு தள்ளுகிறதாம். ஊதிவிட்டால் விழுகிற அந்த நோஞ் சானைத் தொலைக்க என் கையில் இருக்கிறது மருந்து” என்று வாய்விட்டுச் சொன்னான். யாராவது அக்கம் பக்கம் இருக்கிறார் களா என்று சுற்றிலும் ஒரு முறை பார்த்தான். அந்த மையிருளில் செடி, கொடிகளின் சாயல்தான் தெரிந்தது. பழைய பத்திய முறையை அநுசரித்து மருந்து கொடுக்கிறானா அல்லது சாஸ்திர சிகிச்சையைக் கையாள்கிறானா என்பதைப் பொறுத்திருந்து பார்ப்போம்.

இரண்டொரு இடத்தில் சேறு வழுக்கிவிட்டதையும், குழி குண்டுகளில் கால் இடறியதையும் சமாளித்துக்கொண்டு, நனைந்துபோன கால் செருப்பைக் கழற்றி தூர எறிந்துவிட்டு குடிசை போய்ச் சேர்ந்தான். இவனை எதிர்பார்த்துக்கொண்டு இரண்டு பேர் அங்கே காத்திருந்தார்கள்.

இவனைக் கண்டதும், “அடே, என்னப்பா நம்பினால் பெரிய கல்லாத்தான் தூக்கிக் கொடுத்துடுவாய் போலிருக்கிறதே. எந்நேரம் வரச் சொன்னது? இப்போ வந்திருக்கிறாய்” என்று ஒருவன் சொன்னான்.

இன்னொருவன், "குடிக்கத் தண்ணி கேட்டா குளிப்பாட்டக் கொண்டு வருவான். சாமி சத்தி பூசாரிக்குத் தெரியாதா? வெறும் பேச்சு பேசறதைவிட காரியத்தைப் பாப்போம்'' என்றான்.

"சரி, சரி, வாஸ்தவமப்பா" என்று கெட்டியப்பன் சொல்லி அவர்களுக்கு முன்னால் தானே வழிகாட்டிப் போவதிலிருந்து, அவனுக்கு முன்பே விஷயம் தெரிந்திருக்க வேண்டும்.

"ஆறிப்போனால் ருசிப்படாது. எல்லாம் சுடச் சுட பார்த்து டோணும்'' என்றான் ஒருவன்.

"என்ன கெட்டீணா, அவன் தனியாக அங்கே காவலுக்கு இருக்கிறான். ஒவ்வொன்றாகப் பதம் பார்த்து சரிக்கட்டி விட்டால்?'' என்று மற்றவன் சொன்னான்.

"அவனை உசிரோடு புதைச்சுட மாட்டேன். சரி எவனாச்சு முழிச்சுக்கொண்டிருக்கப்போறான். அங்க போய் பேசிக்கலாம்" என்று கெட்டியப்பன் சொல்லவும் சம்பாஷணை அடங்கிற்று.

காலடிச் சத்தங்கூட பலமாகக் கேட்காமல் நடந்து மூவரும் மடுவுத்தோப்புக்குள் நுழைந்துவிட்டார்கள். அடிக்கு அடி பின்னிக்கிடந்த மரம், செடி, கொடிகளுக்கிடையே தங்கு தடையின்றி தாராளமாகச் சென்று ஒரு பாழடைந்த கிணற்று மேட்டுக்கு வந்து சேர்ந்தார்கள். அந்தக் கிணறு ரொம்ப ஆழமில்லை. சும்மா பத்து அடிதான் இருக்கும். ஆனால் அந்த இருட்டில் வகை தெரியாமல் உள்ளே சிக்கிக்கொண்டால் ஊனமின்றிக் கரையேறுவது அவரவர் அதிர்ஷ்டத்தைப் பொறுத்ததே. அதற்குச் சற்றுத் தள்ளி ஒதுக்கமான ஓரிடத்தில் கொஞ்சம் வெளிச்சம் தெரிந்தது.

"அதோ அங்குதான்'' என்று ஒருவன் கை நீட்டினான்.

"ஆமாம் கிணற்றுப் புறா மாதிரி பொட, பொடவென முழித்துக்கொண்டு உட்கார்ந்திருக்கிறான் பாரு. "ஏண்டா டேய்", என்று கொஞ்சம் உற்சாகமாகவே கத்திவிட்டு, "மிச்சம் இருக்குதோ, இல்லையோ? எல்லாம் சுருட்டி வாய்க்குள் போட்டுக் கொண்டாயா?'' என்றான் கெட்டியப்பன்.

"போனதுபோக இருக்கிறது மிச்சம்'' என்று தன்னிடம் வந்த விருந்தினர்களை உபசரித்தான் அங்கிருந்த மரியாதை தெரிந்தவன்.

மூன்று பேரும் உட்கார்ந்தனர்.

"சரக்குத் தயார்தானப்பா" என்று அங்கிருந்தவன் கூறிக் கொண்டே கலயங்களை எடுத்துவந்தான். புதிதாக அப்போது

தான் இறக்கிய தென்னங்கள்ளு "சொய்" என்ற சப்தத்துடன் நுரை மிதக்க நின்றது. அதைக் கண்டதும் ஆவலாக ஒருத்தன் அப்படியே கலயத்தோடு தூக்கினான்.

"என்னடா வெறி எடுத்தவனாக இருக்கிறாய். முதலில் இது முடியட்டும்" என்று பானையோடு வறுவல் வகைகளை அவன் எடுத்து வைத்தான். "பனங்கோட்டை ஒண்ணும் இல்லையா?" என்று பானம் செய்ய பண்டம் விசாரித்தவாறே கெட்டியப்பன் ஆகாராதிகளைச் சுவைக்கத் தொடங்கினான்.

அன்றைக்கு அங்கு நடந்த கோலாகலங்களை எல்லாம் நம்மால் வர்ணிக்க முடியாது. அடடா! துண்டுக்கறியும், ஒவ்வொரு வாய் மதுவும் உள்ளே செல்லும்போது அவர்களுக்கு இந்த லோகத்தில் இருக்கிறோம் என்ற நினைப்பே இருக்கவில்லை.

வெகுநேரம் கொண்டாட்டம் போட்ட பிறகு, இன்பச் சுற்று சுற்றியபின் மூன்றுபேர் தலைசாய்ந்தனர். மஹா மயக்கத்தில் அவர்கள் இந்த வெறும் நிலத்தில் கண்மூடினர். ரோஜாப் பூ மெத்தை அளித்திருந்தால்கூட நித்திரைக்கு லாயக்குப் படாதென்று தள்ளியிருப்பார்களென்று நினைக்கிறோம்.

இத்தனை அமளி துமளியிலும் கெட்டியப்பன் நினைவு தவறாது மிதமாகவே இருந்தான். கண்கள் மட்டும் திரண்டு செஞ்சிவப்பாயிருந்தன. சிறு குழந்தைகள் கண்டால் நிச்சயம் பயந்துவிடும்.

"என்னடா விடிந்துவிட்டதா?" என்று தன்னோடு உட்கார்ந்திருக்கும் செங்காளியிடம் கெட்டியப்பன் கேட்டான். செங்காளி பொட்டென்று கைத்தடியை ஊன்றி எழுந்து பார்த்துவிட்டு, "இப்பொழுதான் கிழக்கு வெளுக்கிறது. ஆச்சு விடிகிற சமயம்தான்" என்றான்.

அப்போது ஒரு காகம் "கா" எனக் கத்தியது. "அடேடே கோழி கூப்பிடுகிறதே?" என்று எழுந்தான் கெட்டியப்பன்.

"எங்கே வயிற்றுக்குள்ளிருந்தா? இன்னும் சரியா செரிக்கவில்லை போலிருக்கிறதே?" என்று காளி சிரித்தான்.

"நீயும் வா" என்று கெட்டியப்பன் சொல்லிக்கொண்டே நடந்தான். எங்கே என்று கேட்காமலே, "நம்ம ஆசாமிகளின் தூக்கம் கலைவது எப்போ?" என்று கேட்டுக்கொண்டே செங்காளியும் பின்தொடர்ந்தான். வேறு விஷயங்களில் மற்றவர்களுடன் கெட்டியப்பன் எவ்வளவு தூரம் சரசம் வைத்துக்கொண்டாலும் ஏதாவது அந்தரங்கக் காரியமா

ஆர். ஷண்முகசுந்தரம்

யிருந்தால் செங்காளியைத்தான் தன்னோடு இட்டுச் செல்வான். செங்காளியும் குருவுக்கு ஏற்ற உத்தம சிஷ்யனாகவே இருந்தான். சாமி மாடுபோல அவன் வஞ்சகமின்றி வளர்ந்திருந்தான். பனைமரத்து அடிக்கட்டைபோல இருக்கும் அவன் தேகம். ஊரார் சொத்தைத் தின்றே சேகேறியிருந்தது.

"தடி பத்திரம்" என்று மட்டும் கெட்டியப்பன் சொன்னான். அவன் கால்கள் நேராகப் போக மறுத்தன. சில கட்டைகளில் மோதிக்கொண்டன. பள்ளங்களிலும் கிணுக்கென இறங்கினான். "என்ன தடம் தெரியலையா?" என்று கேட்டதையும் கவனி யாது ஆற்றுக்குச் செல்லும் இட்டேறியில் இறங்கினான் கெட்டியப்பன்.

செங்காளிக்கும் கொஞ்சம் மசமசப்பாகத்தான் இருந்தது. இருந்தாலும் தடுமாறாது பின்நடந்தான். மிருதுவான கூதல் அடித்துக்கொண்டிருந்தது. பட்டிகளிலிருந்து உடம்பை உதறிக்கொண்டே பண்டம் பாடிகள் வெளிக்கிளம்பின. எங்கோ இரண்டொரு நாய்களின் அர்த்தமற்ற குரைப்புச் சத்தத்தோடு, ஆட்டுக்குட்டிகளின் 'ம்மா'வென்ற சப்தமும் சுருதி லயமாகக் கலந்தன. அவர்கள் இருவரும் தோப்பைக் கடந்து, நதி மணல் தாண்டி ஊரடியில் உள்ள சின்னப்பன் தோட்டத்து வேலி வந்து சேர்ந்தனர். கெட்டியப்பன் கையிலிருந்த கழியால் வேலியை ஓங்கி ஒரு தட்டுத் தட்டினான். வேலி முட்கள் சிதறின. உள்ளே போகப் பெரிய வழி ஏற்பட்டது. "அந்தப் பக்கமாக தடம் இருக்கும்போது இது எதற்கு?" என்றான் செங்காளி. அந்த முட்களைச் சீராக எடுத்து வைக்கக் குனிந்தான். கெட்டியப்பன் திரும்பி, "வேறே வேலை இல்லெ? காலையிலே வேலி நட்டத்தான் இங்கே வந்தோமா? அங்கே பாரு கிணற்று ஓரம் ரொம்ப கூட்டமா இருக்கிறதா" என்றான்.

செங்காளி பார்த்துவிட்டு, "சரியாகத் தெரியவில்லையே. ஆனால் யாரோ நிற்கிறாப் போலிருக்குது, என்ன நாகம்மாள் சங்கதியா?" என்றான்.

"ஆமாம் அந்தத் தொல்லைக்குத்தான் நான் போகிறேன்" என்றான்.

மணியக்காரர் வீட்டில் ஆலோசித்ததைப் போலவே நாகம்மாள் காலையில் போரைத் தொடுத்துவிட்டாள். தோட்டத்தில் காலையில் ஏற்றுப்பிடிக்க வந்த சின்னப்பனைத் தடுத்தும் விட்டாள். தொல்லை ஆரம்பமாகிவிட்டது. இனி எப்படி முடியுமோ!

இவர்கள் கிட்ட நெருங்க நெருங்க சின்னப்பன் கடுமை யாக அதட்டிப் பேசிக்கொண்டிருப்பது கேட்டது.

“உங் கையைக் காலை முறிச்சிருப்பேன். எனக்கு வந்த கோவத்தெ அடக்கீட்டேன். ஓடிப்போ, எம் முன்னாலே நிக்காதே!” என்றான் சினத்தோடு.

‘‘என்ன? நானா ஓடறது? தலை துண்டாத்தாம் போகட்டுமே’’ என்றாள் நாகம்மாள்.

“அவ்வளவு குண்டித் தைர்யமா உனக்கு? அப்படீனா இண்ணைக்கி அடி தடிக்கினே ஆளுகளையும் வரச் சொல்லீ ருக்கிறயா? ஒரு கை பார்த்துட்டுத்தாம் போக உத்தேசமா?” என்று சின்னப்பன் படபடவெனப் பேசிக்கொண்டே பின்னால் திரும்பினான்.

அவன் சொல்லியவாறே வந்தவர்களைப் போன்று கெட்டியப்பனும் செங்காளியும் காட்சியளித்தார்கள்.

அவர்களிருவரையும் கண்டதும் நாகம்மாளுக்கு மனம் ‘பகீர்’ என்றது. என்னவோ முன்னெப்பொழுதும் கண்டிராத ஒரு அதிர்ச்சி அவள் தேகத்தை நடுக்கியது. எதிரில் நின்று கொண்டிருந்த சின்னப்பனையும், அவனுக்குப் பின்னால் பனங் கருக்கோரத்தில் முத்தாயியை இடுப்பில் வைத்துக் கொண்டிருந்த ராமாயியையும் ஏக காலத்தில் பார்த்தாள். தன்னையே ஒரு தரம் மேலும் கீழும் பார்த்துக்கொண்டாள். அவள் கட்டியிருந்த தூய வெள்ளைக் காடாப் புடவை காற்றில் ‘படபட‘வென அடித்தது. அந்தப் புடவைக்கும் சின்னப்பனுக்கும் ஏதோ ஒரு சம்மந்தம் இருப்பதுபோலப் பட்டது. ஆமாம்! அன்று தாலி வாங்கினபோது ‘பிறந்திடத்துக் கோடி’ அவளுக்குச் சுற்றினபோது அருகில் நின்றுகொண்டிருந்த சின்னப்பன் கதறியது அவளுக்கு இப்போது ஞாபகம் வந்திருக் கலாம். அவளால் ஒருவரையும் ஏறெடுத்துப் பார்க்க முடிய வில்லை. பேசவும் முடியவில்லை.

சின்னப்பனுக்கு அடங்காத கோபம் வந்தது. பனங் கருக்கு ஓரம் நின்றுகொண்டிருந்த தன் மனைவியை ‘இங்கு வா’ என்று அழைத்தான். நல்ல நாளிலேயே பலமாகப் பேசாதவள் இவைகளைக் கண்டதும் பதுமைபோல் மௌனமாகி விட்டாள். இடுப்பிலிருந்த குழந்தை கீழே இறங்க முயற்சித்தது.

சின்னப்பன் உக்கிரமாக, “நீங்க ரண்டு பேரும் அவ சிபார்சுக்கு வந்த சிப்பாய்களா? செரியான காணியாள னுக்குப் பொறந்தவங்கதானா?” என்று ஆத்திரத்துடன், வந்தவர் களைப் பார்த்துக் கேட்டான்.

அப்போதும் அவன் வேகம் தணியவில்லை. இரண்டடி முன்வந்து, . . .

"இங்கே ஒரு கணம் நிண்ணுக்கிட்டிருந்தீங்கன்னா, அப்புறம் என்ன நடக்குமினு தெரியாது!" என்றான். பிறகு சற்று நிதானித்து செங்காளியைப் பார்த்து, "அட, முண்டைப் பயன் செங்காளி மூனூட்டுக்குப் பங்காளி"ன்னு செலவாந்திரம் சொல்லுவாங்க. உனுக்கு இவ்விடத்லே என்னடா வேலெ."

செங்காளிக்கு என்ன சொல்வதென்று தெரியவில்லை. முகத்தை வேறு பக்கம் திருப்பிக்கொண்டான்.

ஆனால் கெட்டியப்பன், கையிலிருந்த தடியைப் பிடுங்கிக் கொண்டு, "இப்போ என்ன சொன்னாய்? என்ன நடந்திரும்?" என்று விறைப்பாகக் கேட்டுக்கொண்டே முன்னால் போனான்.

"மண்டைக் கிறுக்கு எடுத்துவிட்டதா? நீ வருகிற விசையைப் பார்த்தா உனக்குப் போங்காலம் தட்டீட்டது போலிருக்குது" என்று சின்னப்பன் மடிக்குள் கையை விட்டான்.

நிலைமை எக்கச்சக்கமாய்விட்டதால் பயமுறுத்தத் தானோ என்னவோ சினனப்பன் கத்தி எடுக்கப் போகிறான் என்று நினைத்து செங்காளி, "கொட்டீனா, இந்தா நில்லு அவசரப்படாதே" என்று கூறி அவன் கையிலிருந்த தடியைப் பிடுங்கப் போனான். ஆனால் அதற்குள் காரியம் மிஞ்சி விட்டது. கெட்டியப்பன் தன் கைத்தடியால் 'மடா' லென்று ஓங்கி சின்னப்பன் தலையில் அடித்துவிட்டான். அந்த அடியின் வேகத்தால் தடிகூட சின்னாபின்னமாக முறிந்து விட்டது.

சின்னப்பன் நிலைகொள்ளாது பூமியில் சாய்ந்தான்.

சிரசினின்றும் ரத்தம் மளமளவென்று பெருகியது. சித்திரை வெயிலில் சோரும் வாழைக் குருத்தைப் போல அவன் அங்கங்கள் சுருங்கின. முதலில் சுவாசம் பலமாகி பின் மெது வாக அடங்கிற்று. குழந்தை 'ஹோ' வெனக் கத்தி ராமாயியைத் தழுவிற்று. ராமாயி, 'ஹோ'வெனக் கதறிக்கொண்டே சின்னப்பன் மேல் விழுந்தாள்.

●